நஞ்சுக் கொடி

நஞ்சுக் கொடி
பாலகுமார் விஜயராமன் (பி. 1980)

மதுரையைச் சேர்ந்தவர், ஒசூரில் வசித்துவருகிறார். மத்திய அரசின் பி.எஸ்.என்.எல். நிறுவனத்தில் தொலைத்தொடர்புப் பொறியாளராகப் பணியாற்றுகிறார். மின்னணுவியல் – தொடர்பியலில் பொறியியல் பட்டமும், மேலாண்மையில் பட்டமேற்படிப்பும், வாடிக்கையாளர் மனப்பான்மை தொடர்பான புத்தாய்வில் முனைவர் பட்டமும் பெற்றுள்ளார்.

இவரது சிறுகதைத் தொகுப்பு: 'புறாக்காரர் வீடு'. சார்லஸ் புக்கோவ்ஸ்கியின் 'அஞ்சல் நிலையம்', ஆலன் கின்ஸ்பெர்க்கின் 'ஹௌல் மற்றும் சில கவிதைகள்', சூழலியல் சார்ந்த 'கடவுளின் பறவைகள்' சிறுகதைத் தொகுப்பு ஆகிய மொழியாக்கப் படைப்புகளையும் வெளியிட்டுள்ளார். 'சேவல்களம்' இவரது முதல் நாவல். பாலகுமார், தனது 'தென்திசை' (thendhisai.blogspot.com) வலைப்பூவில் தொடர்ந்து எழுதிவருகிறார்.

மனைவி   : சக்திதேவி,
குழந்தைகள் : மேகமித்ரா, முத்துமுகுந்தன்
மின்னஞ்சல் : balavinmail@gmail.com
அலைபேசி   : +91 9486102490

பாலகுமார் விஜயராமன்

நஞ்சுக் கொடி

காலச்சுவடு பதிப்பகம்

அன்பார்ந்த வாசகருக்கு,

வணக்கம்.

காலச்சுவடு நூலை வாங்கியமைக்கு நன்றி.

நூலின் உள்ளடக்கம், உருவாக்கம், அட்டைப்படம் இன்ன பிற அம்சங்கள் பற்றிய உங்கள் கருத்துகளையும் ஆலோசனைகளையும் காலச்சுவடு வரவேற்கிறது. தகவல், எழுத்து, வாக்கியப் பிழைகள் தென்பட்டால் கட்டாயம் தெரிவித்து உதவுங்கள். நூல் தயாரிப்பில் கடும் குறைபாடு இருப்பின் மாற்றுப் பிரதி உங்களுக்குக் கிடைக்கக் காலச்சுவடு ஏற்பாடு செய்யும்.

மின்னஞ்சல்: **publisher@kalachuvadu.com**

காலச்சுவடு நாகர்கோவில் அலுவலகத்துக்குக் கடிதம் அனுப்பலாம்.

தங்கள்
எஸ். ஆர். சுந்தரம் (கண்ணன்)
பதிப்பாளர் – நிர்வாக இயக்குநர்

நஞ்சுக் கொடி ❖ சிறுகதைகள் ❖ ஆசிரியர்: பாலகுமார் விஜயராமன் ❖ © பாலகுமார் விஜயராமன் ❖ முதல் பதிப்பு: டிசம்பர் 2023 ❖ வெளியீடு: காலச்சுவடு பப்ளிகேஷன்ஸ் (பி) லிட்., 669, கே.பி. சாலை, நாகர்கோவில் 629001

காலச்சுவடு பதிப்பக வெளியீடு: 1239

nancukkoTi ❖ ShortStories ❖ Author: Balakumar Vijayaraman ❖ © Balakumar Vijayaraman ❖ Language: Tamil ❖ First Edition: December 2023 ❖ Size: Demy 1 x 8 ❖ Paper: 18.6 kg maplitho ❖ Pages: 128

Published by Kalachuvadu Publications Pvt. Ltd., 669, K.P. Road, Nagercoil 629001, India ❖ Phone: 91-4652-278525 ❖ e-mail: publications @kalachuvadu.com ❖ Printed at Mani Offset, Chennai 600077

ISBN: 978-81-19034-61-1

12/2023/S. No. 1239, kcp 4823, 18.6 (1) ass

நினைவில் வாழும் அருண்மொழி அம்மா
அவர்களுக்கு

பொருளடக்கம்

ஜெரேனியம்	11
நோயர் ஊர்தி ஓட்டுநன்	18
வீடு திரும்புதல்	22
வனராணிகளின் கதை	28
ஆண்ட வம்சம்	36
கனவுகள் விற்பனைக்கு!	47
பட்சி ஜாதகன்	53
இயந்திரம்	61
அட்மின்	67
குருவிகள் திரும்பும் காலம்	77
அவசரச் சிகிச்சை	87
கசப்பின் கடைசித் துளி	101
நஞ்சுக் கொடி	109
முகமிலி	122

ஜெரேனியம்

கண்ணாடியில் பார்க்கப் பார்க்க என் மீதான ஒவ்வாமை அதிகரித்துக்கொண்டு சென்றது. முகம் வெளிறி, கன்னங்கள் ஒடுங்கிப் போய் உடல் பாதி எடை குறைந்து வேண்டாத சுமையைச் சுமந்து கொண்டிருப்பதுபோல கைகால் கனத்துப் போய் என் சாயல்கொண்ட இன்னொருவனை வெளியில் இருந்து பார்ப்பதுபோல உணர்ந்தேன். கண்கள்... நீர்க்கோத்துத் திரண்டு நிற்கும் இந்தக்கண்கள்தான் இது நான் என்று சாட்சியம் கூறிக்கொண்டிருந்தன. என் உயிர், இந்தக் கண்களின் வழியாகத்தான் என் உடலை இயங்கவைத்துக்கொண்டிருப்பதாகத் தோன்றியது.

"சொல்லு மகி என்னாச்சு?"

இந்தக் கேள்வியை எத்தனையாவது முறையாக கேட்கிறேன் என்று தெரியவில்லை. எனக்கே சலிப்பாக இருந்தது. இவன் பொறுமையாக ஒவ்வொரு முறையும் ஏதேதோ விளக்கம் சொல்லிக் கொண்டிருந்தான். சில நிகழ்வுகளை என்னிட மிருந்து மறைக்க மிகவும் மெனக்கெடுவது இவன் கண்களில் தெரிந்தது. ஒரு கட்டத்தில் எனக்கே எனது கேள்வி அபத்தமாகவும் எரிச்சலூட்டுவதாகவும் தோன்றியது. சரி, கேட்க வேண்டாம் என்றாலும் முகத்தை, கழுத்தை, மணிக்கட்டை, கை விரல்களை, தொடையை, கால் நகங்களை, பாதங்களை என எதை உணர்ந்தாலும், மறுபடியும் அதேகேள்வியில்தான் வந்து நிற்கிறேன்.

"ஆறு மாசம்ங்கிறது ரொம்ப லாங் டூரேஷன்தான் இல்ல மகி?"

“பாலா, இங்க பாரு. உனக்கு நான் சொல்லித் தெரிய வேண்டியதில்லை. நீ எவ்ளோ பக்குவப்பட்டவன்னு உனக்கே புரியும். கடந்து போனதைத் திரும்பித் திரும்பி யோசிக்கிறதால என்ன ஆகப்போகுது சொல்லு. விட்ட இடத்தில இருந்து புதுசா ஆரம்பி. பழசு எதையும் போட்டுக் குழப்பிக்காதே!”

“புரியுது மகி, ரொம்ப யோசிக்கக் கூடாதுன்னு நினைக்கும் போதுதான் ஏகப்பட்ட கேள்வி வருது.”

“சரி அதை விடு! பசிக்குது, சாப்பிடலாமா?”

“ஆறு மாசமா எப்படி மகி சாப்டேன். எல்லாம் ஊசி மருந்து வழியாதானா? ரொம்ப முரண்டு பிடிச்சிருப்பேன் இல்ல, எப்படிடா சமாளிச்சீங்க? ஏன் இப்படி உயிரை வாங்குறான், இதுக்குப் பேசாம செத்துத் தொலைஞ்சா தேவலைனு நினைச்சிருப்பீங்கல்ல!”

“பாலா, அப்படியெல்லாம் ஒன்னும் இல்ல, கொஞ்சம் வெளியே போய்ட்டு வருவோமா … சட்டையை மாட்டு. வா கொஞ்சம் நடந்துட்டு வந்து அப்புறமா சாப்பிடுவோம்.”

“நானா இருந்தாலும் அப்படித்தான் நினைச்சிருப்பேன்.”

“பாலா, நீ ரொம்ப அதிகமா கற்பனை பண்ற. அது மூலமா உன்னைப் பார்த்துக்கிட்டவங்களையும் அவமானப்படுத்துற. நீ யோசிக்குற மாதிரி யாரும் நினைக்கல. நீ சீக்கிரம் சரியாகிடுவ. சீக்கிரம் பழைய நிலைமைக்கு வந்துடுவனுதான் தினம் காத்துட்டு இருந்தோம். டாக்டர்ஸும் எப்பவும் ஹோப் கம்மின்னு சொல்லவே இல்ல. ஒவ்வொரு நாளும் நல்ல இம்ப்ரூமெண்ட்ஸ் காமிச்சுட்டேதான் இருந்த. சொல்லப் போனா ஒரு குழந்தை வளர்ற மாதிரிதான் இந்த ஆறு மாசமும் உன் மெண்டல் க்ரோத் வேகமா இருந்தது. தெரபி கொடுக்கும் போதெல்லாம் எந்தப் பிரச்சினையும் இல்ல. ஒரு நாள்கூட நீ திரும்ப கிடைக்காம போயிடுவேனு நாங்க நினைக்கக்கூட இல்ல, யூ ஆர் ஆல்வேஸ் இண்டெலெக்சுவல்.”

“பொல்லாத இண்டெலெக்சுவல். போடா மண்ணாங்கட்டி!”

மண்ணாங்கட்டி… நான் வழக்கமாய் உதிர்க்கும் வார்த்தை. ஆறு மாதமாய்ப் பொத்திவைத்திருந்த அடைச்சூட்டோடு என்னையும் அறியாமல் நாவில் புரண்டு வெளியே வந்தது. நான் கொஞ்சம் இலகுவாய் உணர்வது எனக்கே தெரிந்தது. அதை மகி கவனித்தான். ஆனாலும் கண்டுகொள்ளாததுபோல ஜெர்கினை மாட்டிக்கொண்டு வெளியே செல்லத் தயாராகினான். பர்ஸையும் செல்லையும் எடுத்துக்கொண்டு கிளம்பினான்.

இப்பொழுதும் அவன் கண்கள் எதையோ மறைத்தன. என் கண்களை நேருக்கு நேர் பார்த்துப் பேச அவை தயங்கின. இவன் என்னிடம் சொல்லக் கூடாத ஏதோ ஒரு சில நிகழ்வுகளைச் சுமந்துகொண்டு தத்தளித்துக்கொண்டிருந்தான். அதனை அவன் கண்கள் எனக்குச் சொல்லிக்கொண்டே இருந்தன.

“வா பாலா, கிளம்பலாம்!”

“எத்தனி நாளைக்குடா இங்க இருக்கப்போறோம்? எனக்கு முழுசா குணமாகுற வரைக்கும். சரியா!” சொல்லிவிட்டு நானே லேசாகச் சிரித்தேன்.

“ரொம்ப பண்ணாதடா. இப்பவே நீ பெர்ஃபெக்ட்லி ஆல்ரைட்தான். சென்னைலயே கூட இருந்திருக்கலாம். நீதான் ஒரு சேஞ்ச் வேணும்னு கேட்ட. சரி எனக்கும் வொர்க் டென்சன்ல இருந்து விடுதலை கிடைச்சா போதும்னு ஒரு ஹாலிடே ட்ரிப் வந்திருக்கோம். போர் அடிச்சா இன்னிக்கே கிளம்புவோம். இல்ல கிளைமேட்ட என்ஜாய் பண்ணிட்டு நேர நேரத்துக்குச் சாப்பிட்டு தூங்கலாம்னா அதிகபட்சம் பத்து நாள் இருப்போம். அவ்ளோ தான்”

“சரி வா, போலாம்!”

கொடைக்கானலைக் கடந்து இருபது கிலோ மீட்டர் தூரத்தில் இருக்கும் இந்த பூம்பாறை கிராமம் எங்களுக்கு ஏற்கனவே பழக்கமான ஊர். எப்படியும் வருடத்திற்கு ஒரு முறை இங்கே வந்து நண்பர்களுடன் கொண்டாடி விட்டுச் செல்வோம். கொண்டாட்டமென்றால் குடி கூத்து என்றெல் லாம் இல்லை. ஒரு மாதிரி எளிமையான நாடோடி வாழ்க்கை முறை. மிக அத்தியாவசியமான பொருட்களை மட்டுமே எடுத்து வருவோம். இங்கே கிராமத்தில் இருக்கும் ஏதேனும் ஓட்டு வீட்டை வாடகைக்கு எடுத்து, எளிய கிராமத்து உணவைச் சாப்பிட்டு, பத்து நாட்களுக்குக் கால்நடையாய் அந்தக் கிராமத்தைச் சுற்றிய பகுதிகளில் மலையேற்றம் செய்து, பிடித்த புத்தகங்களை விவாதித்து, நிறைய நேரம் மௌனமாய் இயற்கையை ரசித்து, மலைவாசியின் வாழ்வை வாழ்ந்துவிட்டு வருவோம்.

“டேய் மகி, ஒண்ணு மட்டும் கேக்குறேன், உண்மையைச் சொல்லு. நான் ஒண்ணும் அதைப் பத்தி யோசிக்க மாட்டேன். ஜஸ்ட் க்யூரியாஸிட்டில கேக்குறேன்.”

“ம்ம்... கேளு!”

“ரொம்ப உளறிட்டே இருந்தேனாடா?... இரு! இரு!... பொறுமையா முழுசையும் கேளு!” என்னைப் பேசவிடாமல்

ஏதோ இடைமறிக்க முயன்றவனைத் தடுத்தபடித் தொடர்ந்தேன். "இல்லடா, நார்மல் டேஸ்லயே எப்பவுமே எனக்குள்ள ஒரு நாலஞ்சு சேனல் ஓடிட்டே இருக்கும். ஒவ்வொன்னும் தொடர்பில்லாம, நாலஞ்சு விஷயம். ஆனா ஒவ்வொன்னைப் பத்தியும் மனசு யோசிச்சுட்டே வர்றதை நான் உணர்ந்திருக்கேன். அதை வெளியே சொன்னதில்லை. ஆனா எப்பவும் அந்த அலைக்கழிப்பு இருந்துட்டே இருக்கும். அதுக்கும் ஒரு அவுட்பர்ஸ்ட் வேணுமில்லை. அதான் மொத்தமா உடைச்சுக் கிச்சு. சோ, எல்லாம் சேர்ந்து கண்டிப்பா இடைவிடாத உளறலா, கத்தலா, ஆக்ரோஷமா, புலம்பலாதான் வெளிப்பட்டிருக்கும்."

"நிறைய விஷயம் பேசினடா. புலம்பல், கத்தல், கோபம் எல்லாம் இல்ல. பேசுறதெல்லாம் ஒண்ணுக்கொண்ணு தொடர்பில்லாம இருக்கும். ஆனா எல்லாம் அர்த்தமுள்ள பேச்சுதான். கண்டினியுட்டி மட்டும்தான் மிஸ்ஸிங். அதான் சொல்லுவீங்களே. பின்நவீனத்துவம் அது மாதிரி. நீ எப்பவும் இண்டலெக்சுவல்தான் பாலா!" சொல்லிவிட்டுச் சிரித்தான்

"பொல்லாத இண்டெலெக்சுவல். போடா மண்ணாங்கட்டி!"

தங்கியிருந்த வீட்டைப் பூட்டி விட்டு வெளியே வந்தோம். ஊரெங்கும் வியாபித்திருந்த பூண்டு மணம் நாசியைத் துளைத்தது. திண்ணையில் ஆடு தன் இளங்குட்டிகளுக்குப் பால்கொடுத்துக்கொண்டிருந்தது. குட்டிகள் வாலை வேகமாக ஆட்டியபடி, இங்குமங்கும் ஆடிக்கொண்டே தாய் மடியை முட்டி முட்டி ஆவேசமாகப் பாலருந்திக்கொண்டிருந்தன. தற்பொழுது தங்கியிருக்கும் வீடு, கிராமத்தின் மேற்குப் புறத்தில் நல்ல உயரமான இடத்தில் அமைந்திருந்தது. அங்கிருந்து பார்த்தால் பள்ளத்தாக்குப் போன்ற பகுதியில் இருக்கும் ஆயிரத்திற்கும் மேற்பட்ட வீடுகள் அனைத்தும் பார்வைக்கு முழுதாய்த் தெரிந்தன. 'யூ' வடிவம்போல, அழகாகத் தோற்றமளித்தது கிராமம். நடுநடுவே குறுகலான சிறுசிறு பாதைகள். கீழ் நோக்கிச் செல்லும் பாதை வழியாக மெதுவாக நடக்கத் தொடங்கினோம். வழியில் குழந்தை வேலப்பர் கோயில் திண்ணையில் தாடி வைத்த முதியவர் ஒருவர் குழந்தைகளுக்குக் களிமண்ணாலான பொம்மைகளைச் செய்துகொடுத்துக்கொண்டிருந்தார். சற்று நேரம் அதை உற்றுக் கவனித்துக்கொண்டிருந்தேன். என்னவிதமான மண் என்று தெரியவில்லை. களிமண்ணும் இல்லாமல், செம்மண்ணும் இல்லாமல் விநோதக் கலவையாகக் காட்சியளித்தது. என்னைக் கவனிக்காமல் முன்னே சென்ற மகி, இருபது அடி தூரம் சென்றவன் நான் நின்றுவிட்டதை உணர்ந்து திரும்பி வந்தான்.

"என்னடா நின்னுட்ட, கோயிலுக்குப் போகணுமா என்ன?"

லேசாகச் சிரித்தபடி, "அதெல்லாம் ஒண்ணுமில்ல, பசிக்குதுன்னு சொன்னேல, வா!" என்று வலது பக்கமாக இழுத்துச் சென்றேன்.

அங்கே அப்போதுதான் பறித்துக்கொண்டு வந்திருந்த கேரட் செடிகளைச் சேற்றினை நீக்குவதற்காக அருகில் ஓடிக் கொண்டிருந்த சிறு ஓடையில் கழுவிக்கொண்டிருந்தனர். கேரட் நீளமாகவும் தடிமனாகவும் இருந்தது. ஒரு ஆள் ஒரு நேரத்திற்கு இரண்டு கேரட்டுகள் முழுமையாகச் சாப்பிட முடியாது. முழுப்பசியும் அடங்கிவிடும். கழுவி வைக்கப்பட்டிருந்த கட்டு களில் இருந்து ஆளுக்கொரு கேரட்டை எடுத்துக்கொண்டோம். எங்களைப் பார்த்து சிரித்தபடி தொடர்ந்து கழுவிக்கொண்டிருந்த நடுத்தர வயதுப் பெண்மணியிடம், மகி ரூபாய்த்தாளை நீட்டினான்.

"திங்குற கேரட்டுக்கெல்லாமா காசு கொடுப்பாங்க, போங்க தம்பி" என்று மறுத்துவிட்டார். நாங்களும் சிரித்தபடி, கொத்தமலித்தளைப் போல இருந்த கேரட் செடியிலிருந்து நீரை உதறியபடி தொடர்ந்து நடந்தோம். ஊர் முடிந்து கிழக்குப் பக்கமாக மலையேறத் தொடங்கியதும் லேசாக மூச்சு வாங்கியது.

"சரி வா. ரூமுக்குப் போகலாம்" பாதி தின்ற கேரட்டை அப்படியே வீசி எறிந்துவிட்டு, மகி திரும்பி இறங்கத் தொடங்கினான்.

"இருடா ரூமுக்குப் போய் என்ன பண்ணப்போறோம், கொஞ்சம் மலையேறலாம்"

"வேண்டாம், உனக்கு மூச்சு வாங்குது. அதான்"

"ஏன் டாக்டர் மலையேறக் கூடாதுன்னு சொல்லி இருக்காரா?"

"தெய்வமே, மறுபடியும் ஆரம்பிக்காதே ! எங்க வேணும்னாலும் போலாம் வா!"

ஆட்கள் ஏறுவதற்கு வசதியாக, சிறு ஒற்றையடிப்பாதை யாக மலைக்காட்டைச் செதுக்கியதுபோல வழி இருந்தது. உயரம் ஏறினாலும் பெரிய அளவில் சிரமமாய் இருக்கவில்லை. மெதுவாய் மேலே ஏறிக்கொண்டே இருந்தோம். நடுவில் மகி, திரும்பிவிடலாம் என்று இரண்டு மூன்று முறை சொன்ன போதும், "ஒண்ணும் பிராப்ளம் இல்ல, வா போகலாம்" என்று உற்சாகமூட்டி அழைத்துச் சென்றேன். என் உற்சாகம் அவனுக்கு நம்பிக்கை தந்திருக்க வேண்டும். "சரி போவோம்" எனத் தொடர்ந்து வந்தான். சற்று நேரப் பயணத்திற்குப் பிறகு,

விலா எலும்பு குத்துவது போன்று இளைத்தது. தொடர்ந்து ஆழமாகச் சுவாசித்து மூச்சை இழுத்துவிட்டபடியே நின்றேன். குளிர்ந்த காற்று நுரையீரல் தொட்டு வருவது சுகமாக இருந்தது. உடலெங்கும் வியர்வை வழிந்தோடியது. கொஞ்சம் கொஞ்சமாய் என்னைக் கழுவிக்கொள்வதுபோல இருந்தது. மீண்டும் உற்சாகமாக மலையேற உடல் தொப்பலாக நனைந்துவிட்டது. ஏதேதோ தேவையில்லாத சுமைகள் ஒவ்வோர் அடுக்காக என்னை விட்டு அகன்று மலை இறக்கத்தில் உருண்டோடுவதை உணர்ந்தேன்.

சுமார் ஒருமணி நேரத்திற்கும் மேலாக மலையேறி இருப்போம். இறுதியாக மேலே சற்றுச் சமவெளி போன்றதோர் இடத்தை அடைந்தோம். ஆசுவாசப்படுத்திக்கொண்டு நோக்கினால், கண்ணுக்கெட்டிய தூரம்வரை சரிந்த சமவெளி யெங்கும் அடர் பச்சை நிறத்தில் ஜெரேனியச் செடிகள் வளர்ந்து வியாபித்திருந்தன. பார்க்கும் பார்வை முழுவதையும் நிறைக்கும் அடர்பச்சையின் மேல் ஆங்காங்கே வெள்ளை, நீலம், இளஞ்சிவப்பு, ஊதா எனப் பல வண்ணங்களில் பெரிது பெரிதாய் மலர்கள் பூத்திருந்தன. நீளக்கால் பச்சை நாரைகள் ஒற்றைக்காலில் நின்றபடி வண்ணமயமான தங்கள் அலகுகளை விரித்து வைத்திருப்பதைப்போல அவை காட்சியளித்தன.

"என்ன பாலா இது, இவ்ளோ செடிங்க... அதுவும் பக்கத்துப் பக்கத்தில... எவ்ளோ இடத்தில படர்ந்திருக்கு... செமயா இருக்குல்ல!" மகி சொல்வது காதுகளில் விழுந்தாலும் என்னால் பதிலேதும் பேச முடியவில்லை. என் மூளை, மனம், எண்ணமெங்கும் அடர்பச்சை நிறையத் தொடங்கியது.

"அடர் பச்சை, அடர் பச்சை, அடர்பச்சை... பச்சையி னூடே ஆரக்கிள் டேட்டாபேஸில் பெர்ஃபார்பன்ஸ் ட்யூனிங் செய்ய பிரைமரி கன்ஸ்ட்ரயிண்ட்டுகளாகப் பெயரை வைப்பதா, எண்ணை வைப்பதா என்ற விவாதம் நடக்கிறது. எண்ணுக்கும் எழுத்துக்கும் எப்போதும் ஏழாம் பொருத்தமாய் இருக்கிறது. பக்கத்தில் 'புனிதம், புனிதம்' என்று அலறியபடி வரும் ஆலன் கின்ஸ்பெர்க்கை கோபி கிருஷ்ணன் தூக்க மாத்திரைகள் தந்து சமாதானப்படுத்த முயல்கிறார். இன்னொருபுறம் போகர் நவபாசானத்திலான இரண்டு சிலைகளைச் செய்கிறார். ஒன்றுக்கு அலங்காரம், அபிஷேகம் என்று செய்து உடனே அதைக் கலைத்து ஆண்டிக்கோலம் போட்டு விடுகிறார். சாதாரணக் கிராமத்து உடையில் இருக்கும் இன்னொரு சிலை போகரைப் பார்த்துச் சிரிக்கிறது. மற்றொருபுறம் கேரட் தோட்டத்திற்குள் இருந்து டோராவும் புஜ்ஜியும் எட்டிப் பார்த்து, "வாங்க நண்பர்களே, நாம மலைக்குள் சென்று

ஒளிந்துகொள்ளலாம்" என்று அழைப்பு விடுக்கின்றன. பின்புறம், மிகப்பெரிய செல்ஃபோன் ஒன்று கடிகாரத்தை மென்று தின்று கொண்டிருக்கிறது. எல்லோரும் என்னுடைய ஏதோவொரு செய்கையை எதிர்பார்த்து அப்படியே காத்திருக்கின்றனர். நான் ஏதாவது செய்ய வேண்டும். நான் அவர்களின் செய்கைகளைச் சரியாகப் புரிந்து எதிர்வினையாற்றுகிறேன் என்று ஒவ்வொருவருக்கும் உணர்த்த வேண்டும். நான் ஏதாவது செய்தாக வேண்டும். ஆனால் அவர்கள் என்னிடம் என்ன சொல்கிறார்கள் என்று எனக்கு ஏன் கேட்கவில்லை? என் கைகளும் கால்களும் பாரமேறிக் கனம் கூடிக்கொண்டே செல்கிறது. இல்லை நான் ஏதாவது செய்தாக வேண்டும். என் கைகளையும் கால்களையும் இலகுவாக்க, நான் அவர்கள் பேசுவதைத் தெளிவாகக் கேட்க, ஏதாவது செய்தாக வேண்டும். எங்கோ தூரத்தில் எனக்குப் பரிச்சயமான குரல் கேட்கிறது. அது மகியின் குரல். ஒரு நிமிடம் இரு மகி. நான் உனக்குப் பதிலளிக்கிறேன். அதற்கு முன் இவர்களிடம் என்னை நிரூபிக்க வேண்டும். கொஞ்சம் பொறு மகி... நாசியெங்கும் பூண்டின் மணம் மறைந்து, ஒரு மாதிரி துவர்ப்பான சுவை தெரிகிறது. துவர்ப்பா, இல்லை கசப்பா. இல்லை கசப்பு இல்லை இது துவர்ப்புதான். மருத்துவமனையின் துவர்ப்பு. உள் நாக்கில் ஏதோ மருந்து ஒட்டிக்கொண்டதுபோன்ற துவர்ப்பு. இந்தத் துவர்ப்புதான் தொண்டையின் வழியாக மூக்கை அடைக்கிறது. மூக்கு அடைபடுகிறதே. அப்படியென்றால், மூக்கின் வழி செல்ல வேண்டிய காற்று எங்கே? மூக்கின் வழியாக சுவாசிக்க வேண்டிய காற்று, ஏன் காதுவழியாக நுழைய முயல்கிறது. காதில்தான் சுவாசப்பை இல்லையே. காதுகளுக்குள் சென்ற காற்று, அப்படியே அடைத்தபடி நிற்கிறது. அதனால்தான் என்னால் எதையும் தெளிவாகக் கேட்க முடியவில்லை. அதனை வெளியேற்றி விட்டால் எல்லா ஓசையும் தெளிவாகக் கேட்கத் தொடங்கி விடும். காற்றை விடுவிக்க வேண்டும். அதற்குத் தலையை அசைக்க வேண்டும், இன்னும் பலமாக, இன்னும் பலமாக. யானை தலையை அசைத்துக் காதை ஆட்டுமே, அதுபோன்று பலமாக. காற்று மூட்டைகளை உடைத்து காதுக்கு வெளியே காற்றைத் தள்ளிவிட்டால் போதும். இன்னும் பலமாக, இதோ. இதோ காற்று மூட்டைகள் உடைந்துகொண்டிருக்கின்றன..."

"... பாலா... பாலா... என்னாச்சு பாலா..?" மகி உலுக்கிய உலுக்கில் நான் இயல்புக்கு வந்தேன்.

"என்னாச்சுடா?"

"ம்ம்ம்... ஒண்ணுமில்ல மகி... காதுக்குள்ள ஏதோ பூச்சி போயிருச்சு... வா சென்னைக்குக் கிளம்பலாம்!"

நஞ்சுக் கொடி

நோயர் ஊர்தி* ஓட்டுநன்

காலை பணிக்கு வந்து, உடைமாற்றி, வாகனத்தை உயிர்ப்பித்து மீண்டும் மற்றொரு நாளுக்கான ஜீவமரண விளையாட்டுக்கு ஆயத்தமானபடிக் காத்திருப்பதில் ஆரம்பிக்கிறது அன்றைய நாளுக்கான ஓட்டம். அழைப்பு வந்ததும், இடத்தையும் வழித்தடத்தையும் குறித்துவைத்துக் கொண்டு, உயிரையும் உடலையும் சேர்த்தள்ளிக் கொண்டு வரும் போராட்டம் தொடங்கி விடுகிறது. தாமதிக்கும் ஒவ்வொரு நொடியும் பாசக்கயிற்றின் நீளம் அதிகரித்துக்கொண்டே வருகிறதென்ற உணர்வு இன்னும் பதற்றத்தைக் கொடுத்து ஆக்ஸிலேட்டரை அழுத்தச் சொல்கிறது. இத்தனை ஆண்டுகளாய் இயக்கிக்கொண் டிருக்கும் இந்த ஊர்தியின் எச்சரிக்கையொலி காதில் நிரந்தரமாகத் தங்கிவிட்டதுபோலவே தோன்றினாலும் ஒவ்வொரு முறை வாகனத்தை இயக்கத் தொடங்கும்போதும் பணியின் முதல் நாளுக்குண்டான படபடப்பும் பிரார்த்தனை களும் அனிச்சையாகப் பற்றிக்கொள்கின்றன. எப்போதும் சூழ்ந்திருக்கும் நெருக்கடி நிலையில் இருதயம் பன்மடங்கு வேகத்தில் துடிப்பதை நன்றாக உணர முடியும்.

புதிதாக மணமுடித்த இளம் தம்பதியினர், இரு சக்கர வாகனத்தில் உறவினர் வீட்டுக்கு விருந்துக்குச் செல்கின்றனர். செல்லும் வழியின் எதிர்ப்புறம் பூக்கடை தென்பட, வண்டியை

---

* ஆம்புலன்ஸ் டிரைவர்

நெடுஞ்சாலை ஓரமாக நிறுத்திவிட்டு மனைவிக்குப் பூ வாங்க சாலையைக் கடக்கிறான் கணவன், எதிர்ப்புறம் கணவனை நோக்கி வரும் லாரியைப் பார்க்கும் மனைவி, பதற்றத்தில் கத்தியபடி இரண்டடி முன்னால் விரைய, இந்தப் பக்கமிருந்து வரும் பேருந்தைக் கவனிக்கத் தவறுகிறாள். ஒரு காதோடு சேர்த்து ஒருபக்க முகத்தில் அடித்து ரோட்டுக்கு வெளியே தூக்கிப்போட்டுவிட்டு விரைகிறது பேருந்து. ரோட்டைக் கடந்துவிட்ட கணவன், திரும்பிப் பார்த்து நிலைகுலைகிறான். மனைவியை மடியிலேந்திக் கதறுகிறான். நெடுஞ்சாலை வண்டிகள் ஏதும் நிற்காமல் பறந்துகொண்டிருக்கின்றன. முகம் சிதைந்து ரத்தவெள்ளத்தில் இருக்கும் நிலையிலும் பைத்தியமாய்ப் பதறிக்கொண்டிருக்கும் கணவனுக்கு ஆறுதல் சொல்கிறாள். செல்லிலிருந்து 108ஐ அழைக்கச் செய்கிறாள். வாகனம் வந்து ஏறியதும் தன் மடியில் வைத்துக் கைகள் நடுங்கியபடி அவள் தலையைத் தாங்கிக்கொண்டுவரும் கணவனைப் பார்வையால் தேற்றிக்கொண்டிருக்கிறாள் அந்த இளம்பெண். அவளது கண் காது மூக்கு வாய் என்று நீக்கமற வழிந்துகொண்டிருக்கிறது உதிரம்.

பள்ளிக்குச் செல்வதாய்ச் சொல்லிவிட்டு நகரத்தைத் தாண்டியிருக்கும் குன்றிற்கு நண்பர்களுடன் விளையாடச் செல்கிறான் பத்துவயது மதிக்கத்தக்க அந்தச் சிறுவன். வீட்டி லிருந்தும் பள்ளியிலிருந்தும் சம்பந்தமில்லாத மற்றொரு திசையில் தொலைவில் இருக்கிறது குன்று. நண்பர்களுடன் விளையாடிக்கொண்டே குன்றின் பாதி உயரத்திற்கு ஏறி விடுகிறான். விளையாட்டின் உற்சாகத்தில் ஒரு பாறையிலிருந்து கால் தவறிக் கீழே விழுகிறான். தலையில் பலத்த அடிபட்டு ரத்த வெள்ளத்தில் மிதப்பதைப் பார்த்துப் பயந்துபோன மற்ற சிறுவர்கள், மயக்கத்தில் கிடக்கும் அவனை விட்டுவிட்டு ஓடி விடுகின்றனர். சற்று நேரத்திற்குப் பிறகு எதேச்சையாக, அங்கே வரும் சில இளைஞர்கள் 108ஐ அழைக்கிறார்கள். முதலுதவி செய்து வாகனத்தில் ஏற்றி மருத்துவமனைக்கு விரைந்துசெல்ல, சுயநினைவின்றிக் கிடக்கிறான் சிறுவன். தலையணை முழுக்க இரத்தம் பரவிக்கொண்டிருக்கிறது.

தான் பெண் பார்க்கச் செல்லும் முதல் பெண்ணையே மணம்முடித்துக்கொள்ள வேண்டும் என உறுதியாயிருக்கும் இளைஞன். ஒரே மகனுக்குச் சீக்கிரம் கல்யாணம்செய்து பார்த்துவிட வேண்டும் எனப் பற்பல ஃபோட்டோக்களை அலசி, கடைசியில் ஒரு பெண்ணைப் பார்க்க தாய், மகன் இருவரும் டூவீலரில் பெண் வீட்டிற்குச் செல்கிறார்கள். செல்லும் வழியில் தவறான பாதையில் வந்த நான்குசக்கர வாகனம் நேருக்கு

நேராய் மோத, இரண்டு பேரும் மொத்தமாய் உருக்குலைந்து கிடக்கின்றனர். அக்கம்பக்கத்திலிருந்து ஓடிவந்தவர்கள் ஆம்புலன்சை அழைக்கின்றனர். இருவரையும் அள்ளிப் போட்டுக்கொண்டு விரையும்போது, இவர்கள் வரவிற்காகக் காத்திருக்கும் பெண்வீட்டார் தொடர்ந்து செல்லில் அழைத்துக் கொண்டே இருக்கின்றனர். இரத்தப் பிசுபிசுப்போடு செல் பாக்கெட்டில் அடிக்க, அவர்களின் பல்ஸ் இறங்கிக்கொண்டே இருக்கிறது.

மில்லில் ஆறுமணி ஷிப்ட் முடிந்து, வீடு வந்தவர் கை கால்களைக் கழுவிவிட்டுச் சாப்பிட உட்காருகிறார். லேசாக மூச்சுக் குத்துபோல வலியெடுக்கவே பிறகு சாப்பிட்டுக் கொள்வதாய்ச் சொல்லிவிட்டுத் தெருமுனையில் இருக்கும் பெட்டிக்கடைக்கு நடந்து செல்கிறார். சுமார் ஐந்து நிமிடம் பத்திரிகை படித்துக்கொண்டிருந்தவர், அங்கேயே மேசையின் மேல் மயங்கிச் சரிகிறார். அருகிலிருப்பவர்கள் முகத்தில் சோடா அடித்துப் பார்த்தும் நினைவு திரும்பாததால், வீட்டிற்குத் தகவல் சொல்லிவிட்டு, 108ஐ அழைக்கிறார்கள். வாகனம் விரைந்து வந்து அவசர சிகிச்சை செய்து மருத்துவமனைக்குச் செல்லும்போதே, தொண்டையிலிருந்து வாய் வழியாக ஒரு மாதிரி இழுத்து மூச்சுவிட முயன்று தோற்றுக்கொண்டே இருக்கிறார்.

பதைபதைப்பான தருணங்களினூடாகவே நிதானத்தை யும் இழக்காமல், வேகத்தையும் மட்டுப்படுத்தாமல் துரித கதியில் விலைமதிக்க முடியாத மணித்துளிகளை மிச்சப்படுத்தி மருத்துவமனைக்குள் கொண்டுவருவதற்குள் ஓட்டுநனுடன் சேர்ந்து நோயர் ஊர்தியும் பதறியடித்து விரைந்து செல்லும். இப்படி எத்தனையோ தருணங்கள், எத்தனையோ உயிர்கள். சூழ்நிலைகளும் மனிதர்களும் மாறுபட்டாலும் ஒரு வாழ்வு தன்னைத் தக்கவைத்துக்கொள்ள எத்தனிக்கும் உயிர்ப் போராட்டத்தின் வலி எப்போதும் ஒரே மாதிரியாகத்தான் இருக்கிறது. வாகனம் ரீங்காரமிட்டு அலறிச்செல்லும் பாதி வழியில் தலை திருப்பி உள் சாளரம் வழி காண நேரும் கணநேரக் காட்சியில் பரிச்சயமில்லாத ஓர் உயிரின் ஊசலாட்டம் ஒழுங்குமுறையின்றி வாகனம் முழுமைக்கும் அலைந்து ஆடிக்கொண்டிருக்கும். அங்கே கவிந்திருக்கும் ஓலக்குரல்களின் அதிர்வொலி சுற்று வெளியெங்கும் நிரம்பியிருக்கும். நோயர் ஊர்திக்கெனத் தனி விலக்குரிமை வழக்கப்பட்டிருந்தும் பயிற்சியின்போதெல்லாம் மனனம் செய்த அடிப்படை விதிகளை ஒப்புவித்தபின்னரும்கூட, சாலைகள் அகன்று வழிவிட மறுப்பவையே அன்றாடம் நிகழும். நகரும் வாகனவோட்டத்தைச் செங்குத்தாய்ப் பிளந்து சமிக்ஞைகளைப் புறந்தள்ளி விரைந்து

செல்வது பிழைத்தெஞ்சி நிற்பதற்கான கடைசிக்கட்ட முயற்சி. ஒருவழியாய், மருத்துவமனை அடைந்து ஊர்தியின் பின்கதவைத் திறந்து உயிரையும் உடலையும் இணைத்து இறுகக் கட்டி ஸ்ட்ரெட்சருக்குத் தாரை வார்க்கும் தருணங்களில் பள்ளிப்பருவத்தின் தேர்வுக்கு முந்தைய நிமிடங்கள் நிழலாடிச் செல்வதை இத்தனை வருடங்களாகியும் தவிர்க்க முடியவில்லை.

வழமையான பரபரப்புகள் நிறைந்த மற்றுமொரு பணிநாள் நிறைவுபெறுகிறது. வாகனத்தை ஷெட்டில் நிறுத்துமுன், அந்நாள் முழுக்க உள்ளே வாகனத்தில் சேர்ந்திருக்கும் பிணியையும் வலியையும் உதிரத்தையும் கழுவித் துடைத்துத் தூரயெறிந்து விட்டு அடுத்த நாளின் புதிய ஓட்டத்திற்கான ஆயத்தங்களைச் செய்துவிட்டு வெளியேற வேண்டும். ஒத்திசைவில் இயங்கிக் கொண்டிருந்த ஓட்டுநனும் ஊர்தியும் அந்த இரவுக்காய்ப் பிரியும் தருணத்தில்தான் இயல்புநிலை திரும்பிச் சோர்வும் தனிமையும் ஆட்கொள்ளும். பணியறைக்குச் சென்று வெள்ளுடுப்பைக் கலைந்துவிட்டுத் திரும்பி வந்து இருசக்கர வாகனத்தை முடுக்கி வீட்டுக்கு விரையத் தொடங்கும் வேளை, கூடடையச் செல்ல வேண்டிய தூரம் மலைப்பை அதிகரிக்கும். தூக்கத்திற்காய் இறைஞ்சும் கண்களுக்கு ஒளிநிரப்பும் ஆற்றல் சாலையோர நடைபாதைக் கடையின் ஆவி பறக்கும் தேநீரில் ஒளிந்து கிடக்கும். அவ்வொளியை லாவகமாய் மீட்டெடுத்து, நடுநிசியில் ஆளரவமற்ற சாலைகளில் எதிர்க் காற்றினூடே வீடுசேர மேற்கொள்ளும் பதினாறு கிலோமீட்டர் நெடுஞ்சாலைப் பயணம், அன்றைய சுமைகள் ஒவ்வொன்றையும் மெதுவாய்க் கட்டவிழ்த்துக் காற்றில் பறக்கச் செய்கிறது. இரவில் வீடுவந்து சேரும்போது மனமானது மௌனமான பரிசுத்தமான சலனமற்றதாய் மாறியிருக்கிறது. எதிர்பாராமையை எதிர்நோக்கியிருக்கும் மற்றுமொரு அதிகாலை விடியும்வரை செத்துக்கிடக்கலாம் போலத் தோன்றுகிறது.

வீடு திரும்புதல்

தரைத் தளத்தில் ஒரே நேரத்தில் ஐம்பது பேர் அமர்ந்து சாப்பிடும் அளவுக்கு இருந்த உணவகம், அடுத்து ஏழு தளங்களில் இருந்த நூற்றுமுப்பது அறைகள் அனைத்தும் அடைக்கப்பட்ட நிலையில், மெரினா கடற்கரையிலிருந்து நடந்துசெல்லும் தூரத்தில் அமைந்திருந்த திருவல்லிக்கேணி பி.எல். ராமநாதன் மேன்சன் ஹவுஸ் கிட்டத்தட்ட வெறிச்சோடிக் கிடந்தது. பெருந்தொற்று நோயின் காரணமாகக் கடந்த பத்துநாட்களாக உணவங்கள், போக்குவரத்து உட்பட நகரின் ஒட்டுமொத்த இயக்கமும் நின்றுவிட்ட நிலையில், விடுதியில் தேங்கியிருந்த சொற்ப நபர்களும் ஆளுக்கொரு திசையாகச் சென்று தஞ்சம் அடைந்துவிட்டனர்.

விடுதியின் மற்ற சிப்பந்திகள் உடன் இருந்தவரை சைனாவிற்கு ஒரு பிரச்சினையும் இருந்ததாகத் தெரியவில்லை. இரண்டு நாட்களுக்கு முன், காவல் துறையினர் வந்து மேலாளரிடம் சத்தம்போட்ட பிறகு, சிப்பந்திகளும் விடுதியில் தங்கியிருக்க அனுமதியில்லை, ஊரடங்கு தளர்ந்து விடுதி மீண்டும் இயங்கத் தொடங்கும்போது, வந்தால் போதும் என்று கூறி அனைவரையும் கிளம்பச் சொல்லிவிட்டார்கள். உள்மாநிலப் பையன்கள் அவரவர் ஊர்களுக்கு அன்றே மூட்டையைக் கட்டிவிட்டார்கள். மீதமிருந்த ஐந்து வடமாநிலப் பையன்களும் அன்று காலை ஆந்திராவிற்குக் காய்கறி லோடு ஏற்றிச் செல்லும் லாரியைப் பிடித்து, அங்கிருந்து வேறு ஏதேனும் வழிகளில் ஊர்போய்ச் சேர்வதாகக் கூறிச் சென்றுவிட்டனர். சைனாவிற்குச் சொந்த ஊர்

என்பது எங்கோ கனவில் மங்கலாகத் தெரியும் பனிபோர்த்திய மலைக்குன்றாக மனத்திற்குள் நிழலாடியது. அடுத்து என்ன செய்வது என்று அவனுக்குப் புரியவில்லை.

இந்த மாநகருக்கு எட்டு ஆண்டுகளுக்கு முன்பு, தனது பன்னிரண்டாவது வயதில், வந்து சேர்ந்தவன் அவன். கண் கூசும் கண்ணாடிகள் பதித்த, பளபளப்பான பெரிய கட்டடங்களை அவன் அதுவரை பார்த்ததே இல்லை. இங்குள்ள மனிதர்கள் அவனைக் காட்டிலும் கறுப்பாய் இருந்தாலும் இவர்களுடைய தோலின் மினுக்கு அவனுக்கு முதலில் அச்சத்தைத் தந்தது. இந்த நகரின் அகன்ற சாலைகள், இதன் பரபரப்பு, ஒரு பக்கம் அளவுக்கதிகமான சுத்தம், இன்னொரு பக்கம் மலையெனக் குவிந்திருந்த குப்பையெல்லாம் சேர்ந்து அவனைக் குழப்பின.

வடகிழக்குப் பிராந்தியத்தின் குளிர்குத்தும் மலைதேசத்துக் குகைகளில் வசித்தவன் அவன். தெற்கில் இத்தனை ஆயிரம் மைல் தூரத்தில் கீழே, கடல் சத்தமிடும் இந்தச் சமவெளி நகரம் அவனுக்கு விநோதமாகத் தெரிந்ததில் வியப்பேதுமில்லை. ஆனால் அவன் எதையும் தனக்குள் போட்டுக் குழப்பிக்கொள் ளாதவனாக, வருவதை அதன் போக்கில் ஏற்றுக்கொள்பவனாக, இரு கை குவித்து வாழ்வை அள்ளிப் பருகுபவனாகவே இருந்தான். அவனது இடுங்கிய கண்கள் வியப்படைகின்றனவா அல்லது வருத்தமுறுகின்றனவா என்றுகூட யாராலும் அனுமானித்துவிட முடியாது. யார் என்ன சொன்னாலும் புன்னகையைத் தவிர அவன் முகத்திலிருந்து வேறு பதில்களைக் கண்டடைய முடியாது.

மூக்கின் சுவாசம் வழி பேசும் தன்மையுடையது அவனுடைய தாய்மொழி. வாழ்க்கை இந்த நகரில்தான் என்றான பின்பு ஆர்வமாக இந்த நிலத்தின் மொழியைக் கற்றுக் கொள்ள முனைந்தான். அவன் சுற்றுப்புறத்தையும் இந்த நிலத்தின் அலைவரிசையையும் அறிந்துகொள்ள விரும்பினான். அவன் தமிழைக் கற்றுக்கொள்ள முனைந்தபோது எதிர்கொண்ட பரிகாசங்கள் குறித்து அவனுக்கு எந்தவொரு புகாருமில்லை. தொடர்ச்சியான சுயமுனைப்புப் பயிற்சிகளுக்குப் பிறகு, மொழிக்கும் நாவின் சுழற்சிக்கும் இடையில் இருந்த சூத்திரத்தை அவனால் கண்டுணர முடிந்தபோது, இந்த நிலத்தின் மொழி அவனுக்கு வசப்பட்டது. ஒரு பௌர்ணமி இரவில் முதன்முதலாக, அவன் வேலைசெய்த விடுதியின் மொட்டை மாடிக்கு வந்து, மேகக் கூட்டங்களில் ஒளிந்தபடி அவனை வேடிக்கை பார்த்துக் கொண்டிருந்த நட்சத்திரத்திடம் அவன் புதிய மொழியில் சரளமாகப் பேசத் தொடங்கினான். அதன்பின் அவன் காதுகள் திறந்துகொண்டன. நகரம் பரிச்சயமாகியது.

அன்று முதல், பணிமுடிந்த ஒவ்வொரு நாளின் அலுப்பையும் கசகசப்பையும் குளித்துக் கரைத்துவிட்டு, படுக்கப் போகும் முன் நள்ளிரவு ஒன்று, ஒன்றரை மணிக்கு, விடுதியின் மொட்டை மாடிக்குச் செல்வதை வழக்கமாக்கிக் கொண்டான். அருகிலிருந்த கடற்கரையிலிருந்து மிதந்துவரும் உப்புக்காற்றில் தன்னை இலகுவாக்கி, சாலையில் வெளிச்சப் புள்ளியாய் ஊர்ந்து கொண்டிருக்கும் வாகனங்களை வேடிக்கை பார்ப்பது, அவனது அன்றைய தினத்தை மடித்து வைப்பதற்கான அனிச்சைச் செயலாக மாறியது. மேலே நட்சத்திரங்களுடன் உரையாடியபடி, தனக்குக் கீழே ஊர்ந்துகொண்டிருக்கும் உலகத்தைப் பார்த்தபடி, மொட்டை மாடிச் சுற்றுச் சுவரின் கைப்பிடிகளைப் பிடித்தபடி நின்றுகொண்டிருப்பான். அத்தகைய சமயங்களில், எதன் பொருட்டும் சலனமற்ற ஒரு பறவை, சிறகுகளை விரித்தபடி உலகை வலம் வருவதுபோல அவன் தன்னை உருவகப்படுத்திக் கொள்வான்.

மூச்சுக்காற்றுப் படுபவர்களையெல்லாம் தன் விஷ நாக்கால் தீண்டும் சர்ப்பமாக, தொற்று ஊரெங்கும் பரவிக் கொண்டிருந்தது. எப்போது நோய் பரவல் குறையும், எப்போது ஊரடங்கு தளர்ந்து நகரம் இயல்பு நிலைக்குத் திரும்பும் என்று தெரியாத நிலையில், வெளியூர்ப் பையன்கள் யாரும் விடுதியில் இருக்க வேண்டாம் என்று முதலாளி பிறப்பித்த உத்தரவை மேலாளர் வந்து சைனாவிடம் தயக்கத்துடன் சொல்லத் தொடங்கினார். விடுதியில் மீதமிருந்தவர்களில் அவன் மட்டுமே வெளிமாநிலத்தைச் சேர்ந்தவன். மேலாளர் என்ன சொல்ல வருகிறார் என்று சைனாவிற்குப் புரிந்தது.

மேலாளரின் இருபது வருட விடுதி வாழ்க்கையில், எத்தனையோ சிப்பந்திகளைக் கையாண்டிருக்கிறார். சைனா அந்த விடுதியில் வந்து சேர்ந்ததிலிருந்து ஒருமுறைகூட ஊருக்குப் போகிறேன் என்று சொன்னதில்லை. வருடத்திற்கு ஒரு முறையோ இரண்டு முறையோ சேர்த்து வைத்திருக்கும் சம்பளப் பணத்தை ஊருக்குச் செல்லும் யாரிடமாவது கொடுத்துவிட்டு வருகிறேன் என்று அரைநாள் விடுப்பு எடுத்துச் செல்வான். அப்போது அவரிடம் சில தபால் அட்டைகளைக் கொடுத்து, விடுதியின் முகவரியை அவற்றில் எழுதித் தரச் சொல்வான். அந்தத் தபால் அட்டைகள் புரியாத கிறுக்கல் கையெழுத்துகளைச் சுமந்தபடி இரண்டு மாதங்களுக்கு ஒரு முறை மீண்டும் விடுதிக்கு வந்துசேரும். அவ்வளவுதான் சைனாவிற்கும் அவன் ஊருக்குமான பந்தம் என்பது மேலாளருக்குத் தெரியும். வேறுவழியில்லாமல்தான் அவரும் அவனை ஊருக்குச் சென்றுவிடும்படி நிர்ப்பந்தித்துக் கொண்டிருந்தார். அவர் கூறுவதைக்

கேட்டுக்கொண்டிருந்த சைனா எதுவும் பேசாமல் தனது அறையை நோக்கிச் சென்றான்.

வைப்பறைக்கும் சமையலறைக்கும் நடுவில் நீள சந்துபோல இருந்த சிப்பந்திகள் தங்கும் அறையில், மற்ற சிப்பந்திகள் தங்கள் ஊர்களுக்குச் செல்லும்போது, எடுத்துச் சென்ற உடைமைகள் போக, விட்டுச் சென்றவை சிதறிக் கிடந்தன. அறையை ஒழுங்கு படுத்தலாம் என்று நினைத்த சைனா, ஒரு நிமிடம் நின்று அவற்றை உற்றுப் பார்த்தான். பின் அறையை அப்படியே விட்டுவிட்டு, மாடிப்படிகளின் வழியே மெதுவாக ஏறி மொட்டை மாடிக்குச் சென்றான். எப்போதும் இல்லாததொரு தனிமை அவனைச் சூழ்ந்துகொண்டிருந்தது. மேலே வானத்தை அண்ணாந்து பார்த்தான். புகை சூழ்ந்திருந்த வானத்தில் நிலவும் நட்சத்திரங் களும் தெரியவில்லை. சற்று நேரம் வானத்தையும் கீழே வெறிச்சோடிப் போயிருந்த இருண்ட சாலைகளையும் பார்த்துக் கொண்டிருந்தவன் கீழே இறங்கி வந்து விடுதியிலிருந்து வெளியேறிச் சாலையில் நடக்கத் தொடங்கினான்.

சென்னை மத்திய ரயில் நிலையத்தில் அசாம் செல்வதற் கான சிறப்பு ரயில் வந்து சேர்ந்திருந்தது. காவலர்கள் ரயில் நிலையத்திற்குள் நுழையும் ஒவ்வொருவரையும் போதிய இடைவெளி விட்டு வரிசையில் நிற்கவைத்து, அவர்களின் பயணச் சீட்டையும் உடல் வெப்பத்தையும் சோதனை செய்து உள்ளே அனுப்பிக்கொண்டிருந்தனர். அன்று ரயில் நிலையத்தி லிருந்து அந்த ஒரு ரயில் மட்டும் தான் கிளம்புகிறது என்பதால் ஒன்றாம் நடைமேடை தவிர மற்றவை அனைத்தும் மூடப் பட்டிருந்தன. வடகிழக்கு மாநிலத்தைச் சேர்ந்த புலம்பெயர் தொழிலாளர்களுக்காக ஏற்பாடு செய்யப்பட்டிருந்த ரயில் அது. சோதனைகள் முடிந்து ரயில் ஏறுகின்றவர்கள் அனைவருக்கும் நான்கு ரொட்டிகளும் சிறு நெகிழித் தாளில் மடித்த ஊறுகாயும் ஒரு தண்ணீர்ப் பாக்கெட்டும் அடங்கிய பொட்டலம் வழங்கப் பட்டது. தனக்குக் கொடுக்கப்பட்ட உணவுப் பொட்டலத்தை வாங்கிக்கொண்டு, சைனா, ரயிலில் ஏறினான். அடுத்த அரை மணி நேரத்தில் ரயில் சென்னையிலிருந்து கிளம்பியது.

ஏற்றும்போது இருந்த சமூக இடைவெளி, பயணத்தின் போது தேவையில்லை என்பதுபோல, ரயிலில் இருக்கை களுக்கும் அதிகமாகக் கூட்டம் நிரம்பி வழிந்தது. வெக்கையும் புழுதியும் மண்டியடிக்க ஐம்பத்தாறு மணி நேரப் பயணம் தொடங்கியது.

சிறிது நேரத்திற்குப் பிறகு, ரயில் கிளம்பியபோது இருந்த பரபரப்பும் நெரிசலும் குறையத் தொடங்கின. இருக்கைகளுக்கு

இடையேயான காலியிடங்கள், நடுவில் இருக்கும் நடைபாதை, மேலே சாமான்கள் வைக்கும் தடுப்புகள் என்று வாய்ப்பிருக்கும் இடங்களிலெல்லாம் பயணிகள் தங்களை அடைத்துக் கொண்டனர். பக்கவாட்டில் ஒற்றை இருக்கையில் அமர்ந்திருந்த சைனாவின் காலுக்கடியில், ஒரு பெண் கைக்குழந்தையோடு அமர்ந்திருந்தாள். ரயில் கிளம்பியதிலிருந்து அந்தக் குழந்தை அழுதுகொண்டே இருந்தது. அந்தப் பெண், சுற்றுமுற்றும் நகர முடியாமல், உட்கார்ந்த இடத்திலிருந்தபடியே மடியை ஆட்டிய படிக் குழந்தையைத் தூங்கவைக்க முயற்சிசெய்துகொண்டிருந் தாள். வெகுநேரமாகியும் குழந்தை விடாமல் அழுதுகொண் டிருக்கவே, அவள் கூட்டத்தைப் பொருட்படுத்தாமல் மாராப்பை விலக்கி, குழந்தையின் வாயினுள் திணித்தாள். குழந்தை பாலுண்ண மறுத்து, அழுதபடியே இருந்தது.

ஜன்னல் கம்பிகளைத் தாண்டிப் பின்னோக்கிச் செல்லும் மரங்களை எண்ணிக்கொண்டிருப்பவனைப் போல தலையைத் திருப்பியபடி வேடிக்கை பார்த்துக்கொண்டிருந்த சைனாவின் மனத்தில் ஆழத்திலிருந்து வீட்டின் நினைவு கிளர்ந்தெழுந்தது. தன் சிறுவயதில் எப்போதாவது வீட்டுக்கு வந்துவிட்டுச் செல்லும் அப்பாவின் முகம் அவனுக்கு எப்போதும் நினைவில் இருந்ததில்லை. சதா அழுது சிணுங்கும் கடைசித் தங்கையை மடியில் கிடத்தியபடிக் கூடை முடைந்துகொண்டிருக்கும் எட்டு வருடங்களுக்கு முந்திய அம்மாவின் முகமும், தன் காலடியில் அமர்ந்திருக்கும் பெண்ணின் முகமும் ஒன்றுதானோ என்று அவனுக்குத் தோன்றியது. திரும்பி அவள் முகத்தைப் பார்க்க விரும்பியவன், அந்த எண்ணத்தைக் கட்டுப்படுத்தினான்.

வெகுநேரமாகியும், குழந்தையின் அழுகை குறைய வில்லை. அவள் தரையில் அமர்ந்தபடிக் குழந்தையைச் சமாதானம் செய்ய முடியாதவளாய் இங்கும் அங்கும் நகர்ந்த படியிருந்தாள். சைனா அவளைத் தன் இருக்கையில் அமரும் படிச் சைகை செய்துவிட்டு, வழியில் அமர்ந்திருந்தவர்களை விலக்கிக் கழிவறைக்குச் சென்றான். உள்ளே கோப்பைக்கு எதிரில் பொருத்தப்பட்டிருந்த அழுக்கு அப்பிய கண்ணாடியில், சுற்றுலாப் பயணிகளோடு மலையேற்றத்துக்குத் துணையாய்ச் சென்று, பனிப் பள்ளத்தாக்கில் பொதிந்துபோன தன் அண்ணனின் முகத்தைக் கண்டான். இத்தனை வருடங்களில் தான் தனது அண்ணனாக மாறியிருப்பதை நினைத்தபடி மீண்டும் இருக்கைக்கு வந்ததும், அந்தப் பெண் எழுந்து அவனுக்கு இடம் கொடுக்க முனைந்தாள். வேண்டாமென்று மறுத்தவன், கீழே தரையில் கிடைத்த இடத்தில் அமர்ந்துகொண்டான். ரயில் சீரான வேகத்தில் சென்றுகொண்டிருந்தது.

அன்றைய இரவும் மறுநாள் பகலும் முடிந்து, இருட்டும் வேளையில் எங்கோ அத்துவானக் காட்டில் ரயில் நின்றது. நிறுத்தப்பட்ட ரயில் இரவு வெகு நேரமாகியும் அந்த இடத்தி லிருந்து கிளம்பவில்லை. ரயிலிலிருந்த பயணிகள் பெரும்பா லானோர் இறங்கிச் சுற்றுமுற்றும் கடைகள், வீடுகள் ஏதும் தென்படுகின்றனவா என்று பார்த்து, ஏமாற்றத்துடன் அலைந்து கொண்டிருந்தனர். அங்கே ஒரு குழப்பமான சூழ்நிலை நிலவியது. வண்டியில் புழுக்கம் தாங்காமல் பயணிகள் சிலர் அருகிலிருந்த தண்டவாளங்களில் படுத்து உறங்கத் தொடங்கினர்.

புலம்பெயர் பயணிகளைச் சுமந்து சென்ற இரண்டு ரயில்கள் எங்கோ நேருக்கு நேர் மோதிக்கொண்டதாக யாரோ தெரிவித்தார்கள். அசாம் செல்ல வேண்டிய தடத்தில் அல்லாமல் வேறொரு தடத்தில் வெகுதூரம் தங்களது ரயில் வந்துவிட்டதாகவும் மாற்றுப் பாதையில் அசாம் செல்வதற்கான சமிக்ஞைக்காக ரயில் காத்திருப்பதாகவும் சிலர் பேசிக் கொண்டனர். முன்னர் சென்ற வேறொரு ரயிலில் புலம்பெயர் தொழிலாளர்களின் உடல்வெப்பத்தைச் சரியாகச் சோதிக்கா மல் ரயிலில் ஏற்றியதால், அதில் சென்ற அநேகருக்கும் நோய்த் தொற்று பரவிவிட்டதாகவும் அதனால் செல்ல வேண்டிய நகருக்குள் அந்த ரயிலை அனுமதிக்காமல் புறநகரில் ஒரு தற்காலிக முகாமில் அதில் சென்ற அனைவரையும் தங்கவைக்க ஏற்பாடுகள் நடைபெறுவதால், அதுவரை அடுத்த ரயில்கள் முன்னேறிச் செல்ல முடியாது என்றும் சிலர் பேசிக்கொண்டிருந் தனர். மொத்தத்தில் தாங்கள் பயணிக்கும் ரயில் ஏன் அங்கே வெகுநேரமாக நின்றுகொண்டிருக்கிறது என்று யாருக்கும் தெளிவாகத் தெரியவில்லை. ரயில் முழுக்க நிறைந்திருந்த கூட்டத்திற்குச் சரியான வழிமுறைகள் கூறவும் அங்கே யாரும் இருப்பதாகத் தோன்றவில்லை. அங்கே நிலவிய கூச்சல் குழப்பம் அதிகமாகியது.

சைனாவும் ரயிலிலிருந்து இறங்கிச் சுற்றுமுற்றும் பார்த்தான். இரவு எத்தனை மணியாகியது என்று சரியாகக் கணிக்க முடியவில்லை. அவன் மெதுவாகத் தண்டவாளத்தை விட்டுச் சற்றுத் தொலைவிலிருந்த தேசிய நெடுஞ்சாலைக்கு வந்தான். தூரத்தில் தெரிந்த அறிவிப்புப் பலகையைப் பார்த்தான். அதில் சென்னை 1450 கிலோ மீட்டர் என்றிருந்தது. அந்த அறிவிப்புப் பலகை காட்டிய திசையை நோக்கித் திரும்பி நடக்கத் தொடங்கினான்.

வனராணிகளின் கதை

வனத்தின் அதிகாலைப் பாடல் தேன் சிட்டின் கீச்சொலியில் தொடங்கியது. மெதுவாக ஒவ்வொரு பறவையினமாக விடியல் வெளிச்சத்தை அழைக்கும் பொருட்டுக் கூவத் தொடங்கின. வனத்தை அடுத்திருந்த ஊரில் தன் புடவில் அம்மாவின் முந்தானையில் முகம் பொதிந்து தூங்கிக்கொண்டிருந்த மல்லியை வன இசையின் ஒத்திசைவு தட்டி எழுப்பியது. தூக்கச் சடைவு மறைந்து சட்டெனத் துள்ளியெழுந்தாள். முந்தைய இரவில் அம்மா நுவணைத் தினை மாவு இடித்து, பனங்கற்கண்டு சேர்த்துப் பிடித்து வைத்திருந்த இனிப்பு உருண்டைகளையும் சுரவைக் குடுவையில் நீரையும் சூரியகாந்தி விதைகளையும் எடுத்துக் கொண்டாள். மூங்கில் படலைத் தள்ளித் திறந்து புடவிலிருந்து வனம் நோக்கிய ஊர் எல்லைக்கு வந்தாள். இவள் வயதையொத்த மற்ற சிறுமிகளும் அதே நேரத்தில் தங்கள் புடவுகளில் இருந்து ஊர் எல்லைக்கு வந்திருந்தனர். அனைவரது முகத்திலும் அகத்திலும் வனம் ஏகப்போகிற பேருவகை குடி கொண்டிருந்தது. விடிய இன்னும் நேரமிருந்தது. அவர்கள் கூட்டாகச் சேர்ந்து தங்கள் தாயாதி தெய்வமான வனராணியின் அதிகாலைப் பாடலைப் பாட, அருகில் புதர்களில் இருந்த மின்மினிப் பூச்சிகள் எல்லாம் மொத்தமாகப் பறந்து வந்து அவர்களுக்கு முன்னே பறந்து வெளிச்சம் கொடுக்கக் கூடிய பந்தமாக மாறின. சிறுமிகளின்

களங்கமற்ற சிரிப்புச் சத்தமும் உற்சாக மெதுநடையும் விடியலின் குளிரைத் துளைத்தபடி வனத்திற்கு வழிநடத்திச் சென்றன.

தாயாதிச் சொந்தங்களின் அரவணைப்பில் வாழ்ந்து வந்த அந்த ஊரின் சிறுமிகளுக்கு வனத்திற்குள் சென்று காட்டுப் பறவையினங்களையும் விலங்கினங்களையும் தூரத்திலிருந்து பார்வையிட்டு வருவது அவ்வப்போது நிகழும் சாகச விளையாட்டாகவும் மனத்தைக் கிளர்த்தும் உற்சாகப் பொழுது போக்காகவும் இருந்து வந்தது. பிள்ளைகள் ஒன்றுகூடி இன்று அதிகாலை வனத்திற்குள் சென்றுவரலாமென்று முடிவெடுத்து ஊர்த்தாதியிடம் அனுமதி வாங்கச் சென்றபோது, அவள் எப்போதும் ஒப்புவிக்கின்ற நிபந்தனைகளையே மீண்டும் நினைவுபடுத்தினாள். அனுமதிக்கப்பட்ட எல்லைவரை மட்டுமே வனத்திற்குள் செல்ல வேண்டும், மூர்க்கத்தனம் காட்டாத தங்களைவிட சிறிய அளவில் உள்ள விலங்குகளை மட்டுமே கண்ணுக்குக் கண்ணாக நேராகப் பார்க்க வேண்டும், தாங்கள் கொண்டு செல்லும் உணவுப் பண்டங்களன்றி வனத்திலிருந்து எதையும் உண்ணக் கூடாது, அந்தி சாய்வதற்குள் ஊருக்குள் திரும்பிவிட வேண்டும், செல்லும் சிறுமிகளில் எவர் ஒருவருக்கேனும் அச்சம் தருகிற சமிக்ஞை மனத்தில் தோன்றினாலோ, விநோதமான சத்தங்கள் கேட்டாலோ உடனடியாக ஊர் திரும்பி வர வேண்டும் என்னும் கட்டளைகளை விதித்தபின் தாதி அவர்களுக்கான அனுமதியை வழங்கியிருந்தாள்.

சிறுமிகள் வனத்தின் எல்லையை அடைந்ததும் புதிய உயிரினங்களின் வருகையை உணர்ந்துகொண்ட வனப்பறவைகளில் சில எச்சரிக்கை ஒலியெழுப்பிப் படபடத்தன. சிறுமிகளின் சுவாசக் காற்றின் பரிச்சயமும் அவர்களின் காலடித் தடங்களின் மெல்லிய அதிர்வின் அணுக்கமும் கூடியபின் அவை விரைவில் இயல்பு நிலைக்குத் திரும்பின. சிட்டுகள் ரீங்கார மிட்டபடிப் பாதுகாப்பான தூரத்தில் அவர்களைச் சுற்றிப் பறந்தன. சிறுமிகள் தாங்கள் பறவைகளுக்கெனக் கொண்டு வந்த விதைகளைச் சற்றுத் தள்ளி வீசினர். பறவைகள் அவற்றைக் கொத்தித் தின்னத் தரையிறங்கின. பொழுது புலரத் தொடங்கிய சமயத்தில் முயல்களைத் துரத்திக்கொண்டிருந்த குறுநரிகள் தங்கள் வளைக்குள் பதுங்கின. சூரியக் கதிர்கள் வனத்தினுள் விழத்தொடங்கியதும் அதன் பிரமாண்டம் இன்னும் பன்மடங்காகப் பெருகின. பெருங்கிளைகள் முழுவதையும் மறைத்துப் பொன்மஞ்சள் நிறத்தில் பூத்துக் குலுங்கியிருந்த சரக்கொன்றை மரங்களும் ஓங்கி உயர்ந்திருந்த பருத்த வேங்கை மரங்களும் வனம் முழுவதும் குடை விரித்திருந்தன.

மல்லி, வனத்தின் பேரழகையும் அதில் இயற்கையோடு இயைந்து வசிக்கின்ற புள்ளினங்களையும் அகலக் கண்விரித்து ரசித்துக்கொண்டிருந்தாள். அடுத்த முறை இங்கே வரும் வரைக்கும் அவளது நினைவின் சேகரங்களில் இந்தப் பறவைகளும் விலங்குகளுமே விளையாடிக்கொண்டிருக்கும். அவள் தனது கற்பனைகளில் அந்த வனத்தின் ராணியாகவும் பறவைகளுக்கும் விலங்குகளுக்கும் எட்டாத அறிவு நுணுக்கங்களைச் சொல்லிக் கொடுப்பவளாகவும் அவை இடர்களின்றி மகிழ்ச்சியாக வாழ வழிநடத்துபவளாகவும் தன்னைக் கற்பனைசெய்து கொள்வாள். மல்லி தன்னை உணர்ந்துகொள்ளும் பிரத்யேக இடமாக, வனத்தின் கிழக்குப் பகுதியில் பெருவேங்கை மரமொன்று இருந்தது. அதன் அடியில் இருந்த மரப்பொந்தில் அவள் தன்னை மறந்து அமர்ந்திருப்பாள். அப்போது அவள் அம்மரத்திற்குள்ளும் அதனூடாகவே அவ்வனத்திற்குள்ளும் தன்னை ஒப்புக்கொடுப்பவளாக உணர்வாள்.

மல்லி அநிச்சையாக மற்ற சிறுமிகளிடமிருந்து பிரிந்து, வனத்தின் கிழக்குப் பக்கம் செல்லத் தொடங்கினாள். சூரியக் கதிர்கள் அவளை வரவேற்று வழிகாட்டின. வெண்மலர்களால் போர்த்தப்பட்டிருந்த ஈங்கையின் முட்புதர்களை லாவகமாகத் தாண்டிக் குதித்து அவள் அந்த வேங்கை மரத்தை நோக்கிச் சென்றாள். அவள் அம்மரத்தின் அருகில் சென்று, தன் இரு கரங்களால் வளைத்து அணைக்க முடியாதபடிக்கு இருந்த மரத்தைக் கட்டிக்கொள்ள முயன்றாள். அப்போது அம்மரத்தின் உயரக் கிளையில் அமர்ந்திருந்த இருவாச்சிப் பறவை ஒன்று தாழ்ந்து பறந்து வந்து, கீழேயிருந்த கிளையில் அமர்ந்தபடி அவளைப் பார்த்தது. அதன் நீண்ட அலகைக் கண்டு மல்லி சற்று வெருட்சியுற்றவள், மரத்திலிருந்து கொஞ்சம் பின்நகர்ந்தாள். மெதுவாகத் தலையை உயர்த்தி அந்த இருவாச்சியைப் பார்த்தவள், சிறிது தயக்கத்திற்குப் பிறகு மெதுவாகப் புன்னகைத்தபடி தனது வலது கையை நீட்டினாள். இருவாச்சி மெதுவாகப் பறந்து வந்து, தன் கால்நகங்கள் அவள் கையைக் கிழிக்காதபடி லாவகமாக அமர்ந்தது.

மல்லி சென்ற முறை வனத்திற்கு வந்தபோது, அவள் வழமையாய் அமரும் மரப்பொந்தினுள் இருவாச்சி குஞ்சுப் பறவை ஒன்று உயிருக்குப் போராடியபடிக் கிடந்தது. உயரே கிளையின் மரப்பொந்தில் இருவாச்சியின் கூடு இருந்ததைப் பார்த்தவள், அக்குஞ்சுப் பறவை கூட்டிலிருந்து தவறி விழுந்திருக்கும் என்பதை ஊகித்தாள். குற்றுயிராய்க் கிடந்த அப்பறவைக்குத் தன் உமிழ் நீரை ஊட்டினாள். அது தனது சிறிய அலகைத் திறந்து அதனை உறிஞ்சிக்கொண்டது.

அதனைத் தனது புடவுக்குக்கொண்டு சென்று வளர்க்கலாம் என்று அவளுக்கு ஆசையாய் இருந்தது. ஆனால் சிறுமிகள் பெரிய பெண்களாகும்வரை வனத்திலிருந்து எந்த உயிரையும் ஊருக்குள் எடுத்து வரக்கூடாது என்று தாதியின் கட்டளை நினைவிற்கு வர, அந்த ஆசையை விடுத்துக் குஞ்சுப் பறவையைத் தாயிடம் சேர்க்க முடிவு செய்தாள். அணிந்திருந்த சிற்றாடையை அள்ளி முடிந்து கட்டிக்கொண்டு, ஒரு கையில் குஞ்சுப் பறவையை ஏந்தியபடி வேங்கை மரத்தின் மீது ஏறினாள். மேலே கிளையின் பொந்தில் அமர்ந்திருந்த தாய்ப்பறவை, ஏதோ ஆபத்து என்று எண்ணி அவளைக் கொத்துவதற்காக வட்டமிடத் தொடங்கியது. மல்லி அதனைப் பொருட்படுத்தாமல், மரத்தில் ஏறி அந்தக் குஞ்சுப் பறவையை அதன் வளர்ப்பிடமான பொந்தில் வைத்துவிட்டுக் கீழிறிங்கினாள்.

தான் தாயிடம் சேர்த்த குஞ்சுப் பறவைதான் வளர்ந்து பெரியதாக ஆகியிருக்கிறது. இன்று தன்னை இனங்கண்டு தன் கைகளில் வந்து இணக்கத்தோடு அமர்ந்திருக்கிறது என்று உணர்ந்த மல்லிக்கு மகிழ்ச்சியிலும் பெருமிதத்திலும் நெஞ்சு விம்மியது. அவள் தன் இடுப்பில் முடிந்துவைத்திருந்த சூரியகாந்தி விதைகளை அதற்குக் கொடுத்தாள். அது ஒவ்வொரு விதையாகத் தன் அலகில் எடுத்து, பின் கால்விரல்களால் பிடித்து மெதுவாக விதையின் ஓட்டை உடைத்து உள்ளிருந்த பருப்பை ரசித்து உண்ணத் தொடங்கியது. மல்லி சிறிது நேரம் அதனை உச்சந் தலையிலும் கீழ்த்தாடையிலும் தடவிக் கொடுத்துக்கொண் டிருந்தாள். பின் தன் தோழிகள் தன்னைத் தேடுவார்கள் என்று உணர்ந்தவளாய்ப் பறவைக்கு விடைகொடுத்துவிட்டு மீண்டும் அவர்களோடு சென்று இணைந்துகொண்டாள்.

முன்பகல் முழுவதும் வனமெங்கும் விளையாடிக் கொண்டிருந்த சிறுமிகள் அனைவரும் சற்று இளைப்பாறி விட்டு மீண்டும் வனத்திற்குள் சுற்றலாம் என்று ஒன்று கூடினர். உச்சிப் பொழுதில் கொன்றை மரங்களின் நிழலில் அமர்ந்து தாங்கள் கொண்டு வந்திருந்த சுரக் குடுவை நீரையும் தின்பண்டங்களையும் பரிமாறி உண்ணத் தொடங்கினர். மல்லி முதல் வாயை எடுத்து வைக்கும்போது, வயிற்றைக் குத்துவது போல சுள்ளென்று வலி தோன்றியது. அவள் அதனைப் பொருட்படுத்தாமல் சிறிது நீரைக் குடித்துவிட்டு, இயல்பாக இருக்க முனைந்தாள். அவளுக்கு வலி அதிகமாகிக்கொண்டே வந்தது. அவள் அருகில் அமர்ந்திருந்த தோழி அவள் சிற்றாடை யில் உதிரம் கசிவதைச் சுட்டிக்காட்டினாள். வனத்தில் கிடக்கும் ஈங்கை முட்கள் காலைக் கிழித்திருக்கும் என நினைத்து அதனைத் தன் ஆடையால் துடைத்துவிட்டாள். தோலிலிருந்து

இல்லாமல் வயிற்று வலியோடு தன் அறையில் இருந்து உதிரம் கசிவதை உணர்ந்த மல்லிக்கு அடுத்து என்ன செய்வதெனத் தெரியவில்லை. அவளுடன் இருந்த மற்ற சிறுமிகளுக்கும் அந்த சூழ்நிலை பழக்கமற்றதாக, புதியதாகவே இருந்தது. எப்படியும் மாலைவரை சமாளித்துக்கொள்ளலாம் என்று நினைத்தவர்களாய், சோர்ந்துபோயிருந்த மல்லியை அணைத்தவாறு கூட்டிக் கொண்டு, வனத்தின் மையத்தை நோக்கிச் சென்றனர். வழியில் வனமெங்கும் மல்லியின் உதிர வாடை பரவத் தொடங்கியது.

சற்று நேரத்திற்கெல்லாம் வனத்தில் சிறுமிகளுக்கு அனுமதிக்கப்பட்ட எல்லையைத் தாண்டிய பகுதியில் இருந்து விநோதமான ஒலிகள் கேட்கத் தொடங்கின. அவை உதிர வாடையை நுகர்ந்த மூர்க்க மிருகங்களின் உறுமல்களாகத் தோன்றின. அதனைக் கேட்டு வெருட்சியுற்ற மல்லிக்குப் பயத்தில் உடல் கொதித்துக் காய்ச்சலடிக்கத் தொடங்கியது. அந்த உறுமல் சத்தம் தங்களைப் பின் தொடர்ந்து வருகிறது என்று அவள் தன் உடனிருந்த மற்ற சிறுமிகளைப் பதற்றத் துடன் எச்சரிக்கை செய்தாள். ஆனால் அந்த உறுமல் சத்தம் அவளுக்கு மட்டுமே கேட்டது. மற்றவர்கள் காதில் அது விழ வில்லை. அதனால் அவர்கள் மல்லி காய்ச்சல் பயத்தில் ஏதோ உளறுகிறாள் என்றே நினைத்தனர். இருந்தும் ஒருத்திக்கு ஏதேனும் பயம் தோன்றினால் உடனடியாக ஊர் திரும்ப வேண்டும் என்ற ஊர்த்தாதியின் கட்டளைப்படி விரைவாக வனத்தை விட்டு வெளியேற முடிவு செய்தனர். ஒருமுறை பயம் கொண்டு வனத்தை விட்டு வெளியேறிவிட்டால், பிறகு பல வருடங்களுக்கு வனத்திற்குள் செல்ல முடியாது என்பதனை மல்லி அறிந்திருந்தாள். வனம் தரும் எல்லை கடந்த உற்சாகத்தை இனி தான் இழக்கப் போகிறோம் என்று தெரிந்தாலும், அவளுக்கு இப்போதைக்குத் தன்னைத் துரத்திவரும் மூர்க்க மிருகங்களின் விநோத உறுமல் சத்தத்தில் இருந்து தப்பித்தால் போதும் என்றிருந்தது. உடல்வலியோடு முடிந்தமட்டும் வேகமாக அவள் நடந்தாள். சிறுமிகள் வனத்தை விட்டு ஊருக்குள் வந்து, மல்லியை அவளது புடவில் சேர்த்தனர்.

மல்லி, தன் முதல் உதிரப் போக்கை அடைந்ததைக் கேள்விப்பட்ட, ஊரின் தாயாதிகள் அனைவரும் அவளது புடவில் ஒன்று கூடினர். பசுமஞ்சளை அரைத்து அவள் உடல் முழுவதும் பூசி, நீராட்டிப் புதுத் துணி அணிவித்து அவளைச் சீராட்டினர். பெண்கள் தங்கள் மகிழ்ச்சியைத் தெரிவிக்கும் விதமாக அவளுக்கு மணியாலான அணிகலன்களையும் பூச்சரம் தொடுத்த மாலைகளையும் அணிவித்தனர். தங்கள் தாயாதி தெய்வமான வனராணியின் ஆன்மா மல்லியின் உடலில்

குடிகொள்ளட்டும் என்று அவர்கள் வருந்தி அழைத்துப் பாடல்கள் பாடினார்கள். அவள் உடல் வலுப்பெற கறுப்பு உளுந்தும் பனைவெல்லமும் சேர்த்துச் செய்த களியுருண்டையில் நல்லெண்ணெய், உலர் திராட்சை, பருப்பு வகைகள் கலந்து அவளுக்கு உண்ணக் கொடுத்தார்கள். உடல் வலியைத் தாண்டி மல்லிக்கு இந்த நிகழ்வுகள் பெருமகிழ்ச்சியை அளித்தன. அவள் தன்னை ஒரு ஆளுமைமிக்க வனராணியாக நினைக்கத் தொடங்கிய அடுத்த நொடி, வனத்தில் கேட்ட மூர்க்க மிருகங் களின் உறுமல் அவளைக் கலவரம் கொள்ளச் செய்தது. அந்த உறுமல் தனது ஒட்டுமொத்த மகிழ்ச்சியையும் குலைப்பதாக அவளுக்குத் தோன்றியது.

மல்லியின் நீராட்டுக் கொண்டாட்டங்கள் முடிந்து, தாயாதிகள் அவரவர் புடவுகளுக்குச் சென்றபின், அன்றிரவு ஊர்த்தாதி மட்டும் மல்லியின் புடவிலேயே தங்கினாள். படுக்கையில் மல்லியின் ஒருபுறம் தாதியும் மறுபுறம் அவளது அம்மாவும் படுத்திருந்தார்கள். காய்ச்சல் கண்டிருந்த அவளது நெற்றியை ஆதுரமாகத் தடவிவிட்டபடி இருந்தாள் தாதி. கொண்டாட்ட மனநிலையைத் தாண்டி, மல்லியின் மனத்திற்குள் மூர்க்க விலங்குகளின் விநோத உறுமல் கேட்டபடியே இருந்தது. ஊர்த்தாதி அதனை உணர்ந்தவளாகவே இருந்தாள். வனத்தில் மல்லி என்ன வித்தியாசமாக உணர்ந்தாள் என்று தாதி மெல்ல பேச்சுக் கொடுத்தாள். அதற்காகவே காத்திருந்ததுபோல, மல்லி தன் ஒட்டுமொத்த பயத்தின் பாரத்தையும் தாதியிடம் ஒப்புவித்தாள். மூர்க்க மிருகங்களின் விநோத உறுமல் குறித்துக் குறுக்கீடின்றிக் கேட்டறிந்த தாதி, மல்லிக்குத் தங்களது தாயாதி தெய்வமான வனராணியின் கதையைச் சொல்லத் தொடங்கி னாள். மல்லி தாதியின் முகபாவனைகளை உற்றுக் கவனித்தபடி கதையைக் கேட்டாள்.

“தாயாதிகளோடும் தோழிகளோடும் மகிழ்ச்சியின் உலகில் மட்டுமே சஞ்சரித்துக்கொண்டிருந்த வனராணிக்கு ஒரு கட்டத்தில், உலகை அடுத்தகட்ட நிலைக்கு எடுத்துச் செல்ல வேண்டிய கட்டாயம் வந்தது. அது அவள் செய்து முடிக்க வேண்டிய சாகசச் செயலாகவும் அப்போதைக்கு அவளால் மட்டுமே செய்ய முடிந்த மாய வித்தையாகவும் இயற்கை வடிவமைத்திருந்தது. அதற்கு அவள் தனது முதல் உதிரப்போக்குக் கண்ட நாள் முதல் தனது உடலையும் மனத்தையும் தயார் படுத்திக்கொள்ள வேண்டியிருந்தது. அடர்வனத்தில் இருந்த கொடிய மிருகங்களை அடக்க வேண்டிய சமர் அது. அதனை அவளால்தான் செய்ய முடியுமென அனைவரும் நினைத்தனர். அவள் அதனைச் செய்து முடித்தால் மட்டுமே, தங்கள் வம்சம்

தழைக்கும் என்று அவர்கள் நம்பினர். அவள் உடல் வலிமையை யும் மனவலிமையையும் பெருக்கிக்கொண்டே இருந்தாள். வனராணி சரியான காலத்திற்காகக் காத்திருந்தாள்.

பருவமும் காலமும் கூடிவந்தபோது போர்ப்பறை முழங்க, வாழ்த்துப் பண் இசைக்க அவள் தனியாக வனம் புகுந்தாள். அங்கே வழமையான அனுமதிக்கப்பட்ட எல்லைகளைத் தாண்டி, கொடிய விலங்குகள் வசிக்கும் அடர் வனத்திற்குள் அவள் உள்ளே சென்றாள். விநோத உறுமல் கொடுக்கும் மூர்க்க மிருகங்கள் அங்கே நிறைந்து கிடந்தன. அவள் அவற்றின் ஆக்ரோஷத்திற்கு முன் வீழாமல் இருக்கக் கூடுதல் விழிப்புடன் சுற்றிச் சுற்றி வந்தாள். அவளது உடலைக் குதற மூர்க்க மிருகங்கள் முண்டியடித்து வந்தன. இத்தனைப் பருவங்கள் தான் பாதுகாத்து வளர்த்த தன் உடலே தன் சாகசத்திற்குத் தடையாக இருப்பதை அவள் உணர்ந்தாள். வேறு வழியில்லை; இதனுடனும் போரிட வேண்டும் என்று முடிவு செய்தவள், அலங்கரிக்கப்பட்ட தனது ஆடைகளை இறுக்கக் கட்டிக்கொண்டு, துரிதமாக அந்த மிருகங்கள் ஏற முடியாத உயர்ந்த வேங்கை மரத்தில் ஏறி அவற்றின் நடவடிக்கைகளைக் கவனிக்கத் தொடங்கினாள். பொழுதுகள் மாறின, பரிதியும் நிலவும் மாறி மாறி வந்துபோயின. அவள் பொறுமையாகக் காத்திருந்தாள். முதலில் அவளை மூர்க்கமாகத் துரத்தி வந்தவற்றில் சில அவளை விடுத்து விலகிச் சென்றன. அமைதியாகத் தூரத்தில் நின்றுகொண்டிருந்தவற்றில் சில பிறகு உக்கிரமடையத் தொடங்கின. சில மெதுவாக மூர்க்கம் குறைத்து மர்மமான அமைதியுடன் பதுங்கி நின்றன. அவள் தான் போரிட வேண்டிய மிருகத்தை நிதானமாகத் தேர்ந்தெடுத்தாள். மரத்திலிருந்து ஒரே பாய்ச்சலாக குறிப்பிட்ட அந்த மிருகத்தின் மீது பாய்ந்தாள். தன்னைவிட உடல் வலிமை யில் மிகுந்த பலங்கொண்ட அந்த மிருகத்தைத் தனது மனத் திடத்தால்தான் வீழ்த்த வேண்டும் என்று முடிவு செய்தாள்.

அவளுக்கும் அந்த மிருகத்திற்கும் மூர்க்கமான சமர் நடந்தது. மிகுந்த போராட்டத்திற்குப் பிறகு அதன் கொம்புகளை அவள் உடைத்தாள். இறுக்கிக் கட்டியிருந்த அவளது ஆடைகள் நெகிழ்ந்துபோயிருந்தன. அவள் அந்த மிருகத்தின் தலையை உயர்த்தி கண்ணுக்குக் கண்ணாக அதனை நேராக எதிர்கொண்டாள். அதுவரை உறுமிக்கொண்டிருந்த மிருகம், அப்போது ஒரு பெரும் ஓலத்தை எழுப்பிப் பின் தனது மூர்க்கத்தைக் குறைத்தது. சடுதியில் அவள் அதன் பிடரி மயிரைக் கொய்து அறுத்து வீசியெறிந்தாள். பசுமஞ்சளும் வியர்வையும் கலந்த அவளது வாசனையை மிக அருகிலிருந்து நுகர்ந்த நிலையில் அந்த மிருகம் சற்றுப் பலம் குறைந்து வலுவிழந்தது.

தான் பாதகமாக நினைத்த தன் உடலும் தனக்கு ஆயுதமாக மாறிக்கொண்டிருந்ததை அவள் உணர்ந்தாள். சூழ்நிலையைத் தனக்குச் சாதகமாக்கிக்கொண்ட அவள், ஓர் இரவு முழுவதும் நடந்த சமரில் தன் உயிரைப் பணயம் வைத்து ஒருவழியாக அதனைத் தன் கட்டுப்பாட்டுக்குள் கொண்டு வந்தாள்.

சமரை வெல்லும் நிலையில் அவளுக்கு அடுத்த பேரிடர் வந்தது. சுற்றியிருந்த ஒட்டுமொத்த மிருகங்களும் அவளையும் அவள் கட்டுப்பாட்டுக்குள் வந்த மிருகத்தையும் தாக்க வந்தன. இப்போது அவளுக்கு மற்ற மிருகங்களிடமிருந்து தன்னையும் தன் கட்டுப்பாட்டிற்குள் வரத் தொடங்கியிருந்த அந்த மிருகத்தையும் காப்பாற்றிக்கொள்ள வேண்டிய நிர்ப்பந்தம் ஏற்பட்டது. தன் இடையில் செருகியிருந்த குறுவாளை எடுத்து எட்டுத் திசைகளிலும் வீசினாள். இரத்தம் தெறிக்கத் தெறிக்க சுற்றியிருந்த மிருகங்கள் அலறியடித்து ஓடின. இறுதியாகத் தான் வசப் படுத்திய ஒற்றை மிருகத்தின் வலது காதை அறுத்துக் கையில் எடுத்துக் கொண்டு, வனத்தை விட்டு வெளியேறினாள். வளர்ப்புப் பிராணியாக மாறிய அந்த மிருகம், தன் வாலை ஆட்டியபடி அவள் பின்னால் அமைதியாக வந்தது. அதன்பின் அவள் அதனைத் தன் புடவுக்குக் கொண்டு வந்து, வனத்தின் சாட்சியாக அந்தப் பிராணியிடம் ஒட்டியிருந்த அடர் மயிர்கள், வேட்டைக் காயங்கள் போன்றவற்றைச் சீர்திருத்தி தன் வீட்டு உபயோகத் திற்குப் பயன்படுத்திக்கொண்டாள். அவர்களின் வம்சம் தழைத்தது.

அதுபோல, அடர்வனத்திலிருக்கும் கொடிய மிருகத்தைத் தன் வளர்ப்புப் பிராணியாக மாற்றும் ஒவ்வொரு பெண்ணுமே வனராணி தான்" என்று சொல்லித் தாதி கதையை முடித்தாள்.

கதையைக் கவனமாகக் கேட்டுக்கொண்டிருந்த மல்லி, ஊர்த்தாதியின் முகத்தைப் பார்த்து, "அந்தக் கொடிய மிருகத்தின் பெயர் என்ன?" என்று கேட்டாள். தாதி சொன்னாள், "ஆண்".

நஞ்சுக் கொடி

ஆண்ட வம்சம்

“ஆறாம் நம்பருக்கு வெண்ணிலா கொண்டு போ. . . செர்ரி டாப்பிங் போட்டுக்கிட்டுப் போடா மூதேவி !”

“ஃபிரிட்ஜ்ல மாஸா தீர்ந்துபோச்சு பாரு. உள்ளேருந்து ஒரு பேக் எடுத்துட்டு வந்து ஃப்ரீஸர்ல போடு !”

“ரெண்டாம் நம்பருக்கு சாக்லேட் மில்க் ஷேக் கேன்சல், பட்டர்ஸ்காட்ச் கோன் கொண்டு வா...”

“அங்கே என்னடா பராக்குப் பார்த்துட்டு நிக்குற, கடைசில போய் நில்லு, கஸ்டமர் கூப்பிட்டா மட்டும் கேபின் பக்கம் போ !”

அவ்வப்போது இப்படியான கட்டளைகள் வந்துகொண்டே இருந்தன. கட்டளையென்றால் தடாலடியான கத்தல் எல்லாம் கிடையாது. மெதுவாக, காதோடுதான் உத்தரவுகள் வரும். ஆனால் அதிகாரத் தோரணையோடு அழுத்தமாக ஒவ்வொரு வார்த்தையையும் உதிர்ப்பதிலேயே சூப்பர்வைசர் தனது அதிகாரத்தை நிலைநிறுத்தி விடுவார். கோவிந்தராஜும் கர்மசிரத்தையாய் இங்கும் அங்கும் பம்பரமாய்ச் சுழன்றுகொண்டிருந் தான். அதற்கும் சூப்பர்வைசர் அருகில் அழைத்துக் கண்களை உருட்டி முறைத்தவாறே திட்டினார்.

“டேய் நாயே, மெதுவா பூப்போல நடந்து போடா... கேபின் கதவை லேசாத் தட்டிட்டு, எக்ஸ்க்யூஸ் கேட்டுட்டுப் பத்து செகண்ட் கழிச்சு உள்ள போய் ஆர்டர் பண்ண ஐட்டத்தை வச்சுட்டு

தலையைக் கவுந்தமாணிக்க திரும்பி வந்திடு. எக்காரணம் கொண்டு அவங்க முகத்தை உத்துப்பார்க்கக் கூடாது. யானை புகுந்த வெங்கலக்கடையாட்டமா தடால் புடால்னு போனீனா, தனியாக இருக்க வர்றவங்க, அடுத்து எப்படிடா வருவாங்க... சனியனுகளுக்குச் சொல்லிப் புரியவைக்குறதுக் குள்ள என் தாவு தீர்ந்துரும்.”

கோவிந்தராஜ் வேலைக்குச் சேர்ந்த புதிதில், சூப்பர்வைசர் பல்லைக் கடித்துக்கொண்டு திட்டும்போது, அழுகை முட்டிக் கொண்டு வரும். ஆனால் இப்போதெல்லாம் அவர் சத்தமாகப் பேச முடியாமல், முக பாவனைகளாலும் கட்டுப்படுத்தப்பட்ட குரலாலும் தன் அதிகாரத்தை நிலைநிறுத்தப் பாடுபடுவதைப் பார்க்கச் சிரிப்பு சிரிப்பாகத்தான் வருகிறது. அவன் சிரிப்பது தெரிந்தால், அதற்கும் சேர்த்து முகத்தை அஷ்டகோணலாக்கி டெரர் காட்டுவார். ஆகவே அவர் திட்டுவதற்குப் பணிந்து நிற்பவனைப்போல பாவமாக முகத்தை வைத்துக்கொள்வான். அவர் அதில் திருப்தியடைந்தவராக அடுத்த வேலையை ஏவத் தொடங்குவார்.

மதுரை மாநகரத்தை விட்டு சுமார் இருபது கிலோ மீட்டர் தாண்டி, நத்தம் செல்கின்ற சாலையில், சுற்றி மலைகள் சூழ, மாமரத்தோப்பினூடாகப் புதிதாக உருவாகியிருந்தது, ஹாலிடே வேலி ரிசார்ட். மதுரையிலிருந்து திண்டுக்கல் செல்லும் தேசிய நெடுஞ்சாலை வாடிப்பட்டி, சமயநல்லூர் வழியாக அமைக்கப்பட, இந்தப் பக்கம் நத்தம் வழியாகத் திண்டுக்கல் செல்லக் கூடிய பழைய நத்தம் சாலையில் உள்ள மரங்கள் சாலை விரிவாக்கத்திலிருந்து தப்பித்துவிட்டன. அது போக, சுற்றி மலைகள் சூழ்ந்த நிழல்பகுதியாக அமைந்த தாலும், எவ்வளவு கோடையிலும் குளிர்ச்சியான பகுதியாக நீடித்திருந்தது. திண்டுக்கல் செல்ல வேண்டிய பெரும்பான்மை யான வாகனங்கள், தேசிய நெடுஞ்சாலையைத் தேர்ந்தெடுக்க, இந்தப் பழைய நத்தம் சாலையில் ஜனநடமாட்டம் பெரிதாக இருப்பதில்லை. விளைவு வரிசையாக நான்கைந்து ஆசிரமங் களும் ரிசார்ட்டுகளும் முளைத்துவிட்டன. போதாதக் குறைக்கு, அருகில் உள்ள கல்லூரியின் கிரிக்கெட் மைதானம் சர்வதேசத் தரத்திற்கு உயர்த்தப்படப் போவதாகவும் அப்போது சுற்றுலா பயணிகள் மிக அதிக அளவில் இந்தப் பகுதிக்கு வருவார்கள் என்ற எதிர்பார்ப்போடு, பல வருடங்களாய்ப் பழத்தோப்பு களாய்ப் பராமரித்து வந்தவர்களில் சிலர், இயற்கை அழகோடு கூடிய பிரைவசி ரிசார்ட்டுகள் என்ற பெயரில் தோப்புகளுக் குள்ளேயே தனித் தனிக்குடில்களை அமைத்து வருமானம் பார்க்கத் தொடங்கியிருந்தனர். அதில் மிகப்பிரபலமானதும்

பலதரப்பட்ட நவீன வசதிகளையும் கொண்டதாய் ஹாலிடே வேலி ரிசார்ட் மட்டுமே இருந்தது.

குடும்பத்துடன் வந்து, ரிசாட்டில் உள்ள நீச்சல் குளத்தில் நீச்சல் தெரியாமல் மணிக்கணக்கில் தத்தக்கா புத்தக்கா என்று எருமை மாடுகள் மாதிரி உருண்டு புரண்டு ஊறி எழுந்து, குழந்தைகளை ஸ்கேட்டிங் விளையாடவிட்டு, கணவனும் மனைவியுமாய்க் குட்டிகார் ரேஸிங் பழகி, மறக்காமல் இலவச வைஃபை பாஸ்வேர்ட் வாங்கி, விதவிதமான அசைவ உணவுகளை நிறைய ஆர்டர் செய்து பாதிக்கு மேல் வீணாக்கி, நடுநடுவே செல்ஃபி எடுத்துக்கொண்டு இருட்டியதும் வீடு திரும்பும் மேல் மத்திய வர்க்கத்துக் குடும்பஸ்தகர்கள் விடுமுறை நாட்களில் ஹாலிடே வேலி ரெஸ்டாரண்ட்டை ஆக்கிரமித்திருப்பர்.

காதல் கைகூடியது, கைநழுவியது, கல்யாணம் முடிவானது, ரத்தானது, குழந்தை பிறந்தது, பாஸானது, பதவியுயர்வு, பதவி பறிப்பு, பாட்டி செத்தது, கருமாதி... இப்படி ஏதாவது ஒரு காரணம் காட்டி, எவனையாவது முங்கா போட்டு, நண்பர்கள் கூடி, குடித்து, கூத்தடித்து, இராத்திரி முழுவதும் நீச்சல் குளத்தருகே வெறும் டவுசரோடு அமர்ந்துகொண்டு, உலகமகா தத்துவங்களையும் வாழ்வியல் அறிவுரைகளையும் தங்களுக்குத் தெரிந்த ஆனால் அங்கே இருப்பவர்களுக்குத் தொடர்பில்லாத மற்ற எல்லாப் பெண்களையும் காக்டெயிலோடு கலந்து அடிக்கும் ஆண்களின் கூட்டம் ஆங்காங்கே தென்படுவதாய் இருக்கும் வாரயிறுதி நாட்கள்.

இதுபோக மற்ற வாரயிடை வேலை நாட்களில், ஹாலிடே வேலி ரிசார்ட் காற்றாடிக்கொண்டுதான் இருக்கும். அப்போது, அங்கே வேலைபார்க்கும் சிப்பந்திப் பையன்களுக்கு இருக்கும் ஒரே பொழுதுபோக்கு, அங்கே சொற்பமாய் வரும் ஜோடிகளைக் கடைக்கண்களால் நோட்டம் விட்டு ரசிப்பது. அதற்குத்தான் சூப்பர்வைசரிடம் திட்டு வாங்குவதும். அவரும் திருட்டுத் தனமாய்க் காதல் பறவைகளின் சில்மிஷங்களை ரசிப்பாராகத்தான் இருக்கும். ஆனால் ஒருநாளும் தன் அதிகாரத் தோரணையையும் ஐபர்தஸ்த்தையும் சிப்பந்திகள் முன்னால் விட்டுக்கொடுக்க மாட்டார்.

கோவிந்தராஜுவுக்கு இதையெல்லாம் பார்க்கக் கண்கள் கூசும். வார நாட்களில் வரும் ஜோடிகள், பெரும்பாலும் கல்லூரி மாணவர்களாகத்தான் இருப்பர். சில சமயம் பள்ளிக் கூடத்து மாணவர்கள்கூட ஜோடியாக வருவது உண்டு. அத்தகைய இளைஞர்களைப் பார்க்கும்போது, இயல்பாகவே ஒரு ஏக்கம் வந்துவிடும். ஜோடியாக வந்திருக்கிறார்களே என்ற

ஏக்கமில்லை, தன் வயதொத்த பிள்ளைகளுக்குக் கல்லூரி களுக்குச் செல்ல வாய்ப்பு அமைந்திருக்கிறதே, தனக்கு அவர்கள் சாப்பிட்டு வைத்த எச்சில் தட்டை எடுக்கும் நிலைதானே என்ற ஏக்கம்.

மூன்று பெண் பிள்ளைகள் உள்ள வீட்டின் ஒரே பையன் கோவிந்தராஜ். அவன் அப்பா கோவில்பட்டியிலுள்ள ஜி.கே. மில்லில் எழுத்தராக வேலை பார்த்துக்கொண்டு இருந்தார். கைக்கும் வாய்க்குமான சம்பாத்தியமென்றாலும், பிள்ளை களைக் குறை தெரியாமல் வளர்த்து வந்தார். இந்திரா நகர் தண்டவாளத்தைத் தாண்டி மில்லுக்குச் செல்பவர், ஒரு நாள் வந்துகொண்டிருந்த குருவாயூர் எக்ஸ்பிரஸைக் கவனிக்கத் தவறியதால், கையில் தூக்கிய சைக்கிளோடு தூக்கியெறியப் பட்டுக் குடும்பச் சுமையிலிருந்து விலகிப் போய்ச்சேர்ந்து விட்டார். விளைவு பதினொன்றாம் வகுப்பு படித்துக்கொண் டிருந்த கோவிந்தராஜ்மீது அந்தச் சுமை ஏறியது. முதலாம் ரேங்க் வாங்கக் கூடிய மாணவன் இல்லையென்றாலும் சராசரிக்கும் அதிகமாய்ப் படிக்கக் கூடியவன் அவன். கலர் கலராய் உடையுடுத்திச் செல்லும் கல்லூரிமீது அவனுக்கு ஆசை இருந்தது. அதற்காகவே கல்லூரி செல்லும் நாளுக்காகக் காத்திருந்தான். ஆனால் அவனது அந்தக் கனவு பாதியில் நின்று, அப்பா வேலை பார்த்த மில்லில் கடைநிலைப் பணியாளனாக, காக்கிச் சீருடையை யதார்த்தம் அவனுக்கு அளித்தது. அப்பா விட்ட இடத்திலிருந்து, அவன் குடும்பத்தைச் செலுத்தத் தொடங்கினான். இயல்பிலேயே அமைதியும் ஒழுக்கமும் கொண்டவனாதலால், விரைவிலேயே மில்லில் சுற்றியிருந்தவர் களிடம் நல்ல பெயர் வாங்கினான். ஆனால் அவனுக்குத் தனது காக்கி நிறச் சீருடையின் மீது மட்டும் தீராத வெறுப்பு இருந்தது. அதற்காகவே முதலாளியிடம் நல்ல பெயர் எடுத்து விரைவில் எழுத்தராக ஆகிவிட்டால் கலர் கலர் உடை அணியலாம் என்று வைராக்கியம் கொண்டிருந்தான்.

முதலாளியின் மகன், வெளிநாட்டில் மேலாண்மை படித்துவிட்டு வந்தவன். அவனுக்குப் பாரம்பர்யமான மில் தொழிலில் நாட்டமில்லை. புதிது புதிதாக ஃபேன்சியான தொழில்கள் செய்து சாதிக்க வேண்டுமென்று விரும்பினான். அந்த நேரத்தில், மதுரை நத்தம் சாலையில், நல்ல காய்ப்பில் இருந்த தங்கள் மாந்தோப்புக்கு விளைச்சலுக்குச் சம்பந்த மில்லாத பெரிய விலை கேட்டு வருவதை அறிந்த முதலாளி, மகனை என்னவென்று விசாரித்து வர மதுரைக்கு அனுப்பினார். விளைவு அவர்களுக்குச் சொந்தமான புதிய இன்னொரு தொழில் "ஹாலிடே வேலி ரெஸ்டாரண்ட்."

அங்கே புதிய ரிசார்ட் தொழிலில் தனக்கு நம்பிக்கையான, தன் இனத்தான்களையே வேலைக்கு வைக்க வேண்டும் என்று முதலாளி விரும்பினார். அதற்காக மில்லில் இருந்து பொறுக்கி எடுத்த சிலரை, மதுரைக்கு அனுப்பினார். அதில் ரிசார்ட் சிப்பந்திகளுள் கோவிந்தராஜூவும் ஒருவன். குடும்பத்தைப் பிரிவது சிறிது வருத்தமென்றாலும் கூடுதல் சம்பளம், அங்கேயே சாப்பாடு; அதுபோக, காக்கிச் சீருடையிலிருந்து விடுதலை என்று எல்லாமும் சேர்த்து அவனை மதுரைக்கு வண்டியேற வைத்தது. ஊருக்கு வெளியே தூரத்தில் ரிசார்ட் இருப்பதால், பணியாட்கள் தங்குவதற்கும் ரிசார்ட்டிற்கு உள்ளேயே ஏற்பாடு செய்திருந்தனர். ஒரு வகையில் இடத்திற்கும் காவல். இருபத்து நான்கு மணி நேர வேலை.

ரிசார்ட்டுக்கு வந்த பிறகும், கோவிந்தராஜூவுக்கான சீருடை தோஷம் விலகவில்லை. என்னவொரு முன்னேற்ற மென்றால், அங்கே காக்கிக்குப் பதிலாக, நீல நிறச் சீருடை வழங்கப்பட்டது. இப்பொழுது அவனது ஆசை, கலர் ஆடையி லிருந்து, குறைந்தபட்சம் சூப்பர்வைசர் அணியும் பிரவுன் நிற சபாரி சீருடைக்கு மாறியிருந்தது. ஆம் அவனது இப்பொழுதைய லட்சியம், ஒழுக்கமாக வேலை பார்த்து, மேலுள்ளவர்களின் நன்மதிப்பைப் பெற்றுச் சீக்கிரம் சூப்பர்வைசர் ஆக வேண்டும் என்பதே. அதற்கு இன்னும் சில ஆண்டுகள் ஆகுமென்று அவனுக்குத் தெரியும், இருந்தாலும் இப்போது செய்யும் வேலையை முதலாளிக்கு, மேனேஜருக்கு, சூப்பர்வைசருக்குப் பிடிக்கின்ற வகையில் செய்தால், தனக்கான உயர்வு தானாக வரும் என்று நம்பினான்.

அவனது பணிவின் காரணமாகவே, சூப்பர்வைசருக்குப் பிரியமானவனாக ஆகிப் போனான். என்னதான் வேலை நேரங்களில் அவர் திட்டினாலும் பணி முடிந்து இரவில் தனியாக இருக்கும்போது, மது அருந்திவிட்டு அவனிடம்தான் ஏதாவது உளறிக்கொண்டிருப்பார். பெரும்பாலும் அவர்களது சொந்த ஊரான கோவில்பட்டி பற்றிய கதைகளாகவும் அவரது குடும்பத்தைப் பிரிந்து வந்து அங்கு தனித்திருப்பது பற்றிய புலம்பல்களாகவும் இருக்கும். அப்படி ஒரு நாள் இரவில் புலம்பிக் கொண்டிருந்தார்.

“யேய் மாப்ள, நான் சொல்றதை கேக்குறியா !”

அவனுக்கு ஆச்சரியமாக இருந்தது. அவர் ஒரு போதும், தன்னை மாப்பிள்ளை என்று அழைக்க மாட்டார். அன்று அவ்வாறு அழைத்தது வியப்பாகவும் ஏதோ மனத்துக்குள் மகிழ்ச்சியாகவும் இருந்தது.

“சொல்லுங்க சார்.”

“சார் இல்லடே, மாமான்னு சொல்லு.”

“இல்ல, சொல்லுங்க சார்.”

“யேய், ரொம்ப பண்ணாதடே, உனக்குக் கொடுக்குறதுக்கு எனக்குப் பொண்ணு ஒண்ணும் இல்ல கேட்டியா... என்னை மாமானே சொல்லு.”

“சரி மாமா”

“ஆமாண்டே, நான் இங்கே மாமா வேலைதானே பார்க்குறேன். என்னை மாமான்னுதான் கூப்பிடணும்.”

“இல்ல சார், அது வந்து...”

“சும்மா சொல்லுடே, நீ சொல்லாட்டியும் வெக்கங்கட்டு அந்த வேலைதான் பாக்குதேன்.”

“அது இல்ல சார்.”

“ஏய், இங்கே ஒவ்வொரு நாளும் எவனாவது எவளை யாவது தள்ளிட்டு வர்றான். நாம அவனுகளுக்கு வெளக்குப் புடிச்சிட்டு நிக்குறோம். இதெல்லாம் ஒரு பொழப்பு... த்தூ...”

“.........................”

“உனக்குத் தெரிஞ்ச பொண்ணு ஒண்ணு இப்படி எவனோடயாவது வந்தா, நீ என்னடே பண்ணுவ?”

“.........................”

“எனக்கு செவுள சேர்த்து ஒரு அறை விடணும்போல இருக்கும்டே. ஆனால் அவளுகளைச் சொல்லிக் குத்தமில்ல. எல்லாம் கூட வர்ற நாய்க பண்ற வேலை. கலர்கலரா டிரஸ்ஸைப் போட்டுட்டு, ஆசை வார்த்தை பேசி சின்னப் புள்ளைகளை மயக்கிடுதாய்ங்க. அதுகளும் படிக்க வேண்டிய வயசில இப்படி சுத்திட்டு அலையுதுக.”

கோவிந்தராஜூவுக்கு என்ன பதில் சொல்வதென்று தெரியவில்லை. அவன் இதுவரை அதுபற்றியெல்லாம் யோசித்ததில்லை. அவனது நினைப்பெல்லாம், சூப்பர்வைசர் ஆக வேண்டும். அதற்கு நன்றாக உழைக்க வேண்டும். முதலாளி யிடம் நல்ல பெயர் எடுக்க வேண்டும். அவ்வளவுதான்.”

சூப்பர்வைசர் தொடர்ந்து பேசினார்.

“அப்படி, அந்த நாய்க மயக்கி, கூட்டிட்டு வர்றதெல்லாம் யாருன்னு பார்த்தா. . . நம்மள மாதிரி ஆண்ட வம்சத்தைச் சேர்ந்த பொண்ணுங்கதான்.”

எச்சில் தட்டு கழுவும் தானும் ஆண்ட வம்சம்தானா என்பது அவனுக்கே சந்தேகமாக இருந்தது. முதலாளியும் சூப்பர்வைசரும் தானும் ஒரே இனத்தவர்கள் என்று அவனுக்குத் தெரியும். அதனாலேயே தாங்கள் எல்லோரும் ஆண்ட வம்சம் ஆகிவிடுவோமா என்று அவனுக்கு உறுதியாகத் தெரியவில்லை.

அவன் பேசாமல், அவர் முகத்தையே பார்த்துக் கொண்டிருந்தான். சூப்பர்வைசர் தொடர்ந்தார்.

“ஒவ்வொரு இனத்துக்கும் ஒரு ரத்தம் இருக்கு மாப்ள, ரத்தம்தானே தோலுக்கு நிறத்த தருது. அப்போ ஒவ்வொரு இனத்துக்கும் நிறம் வேற வேறயாத்தானே இருக்கும். நீயே பாரு, நம்ம வட்டாரத்துல நம்ம இனத்துப் பொண்ணுங்க மாதிரி வேறு எவளுகளாவது சிவப்பா இருக்காளுகளா? வேறு சில பொண்ணுங்களும் சிவப்பா இருக்காளுக, ஆனா அது நம்ம சிவப்பு இல்லை. ஒண்ணு சோக வத்திப்போன வெளீர் சிவப்பு, அது ஒரு இனம். இல்லேன்னா சுண்டி விட்டா ரத்தம் வர்ற மாதிரி சிவப்பு, அது வேற ஒரு இனம். நம்ம பொண்ணுங்க பார்த்திருக்கேல்ல, மஞ்சள் பூசுன மாதிரி பளீர் சிவப்பு. அப்படிப் பொண்ணுங்களா தேடித்தேடிதான் அந்த நாய்க சீரழிக்குதுக. அதுக்குத் தோதா இப்படி ஒரு இடம், அவய்ங் களுக்குக் காவல் காக்க இத்தனை பேரு, இதுல வர்ற காசத் தின்னுற ஒரு ஈனக் கூட்டம்...”

கோவிந்தராஜூவுக்கு அவர் சொல்வதில் பாதி புரிய வில்லை. இதை ஏன் அவர் தன்னிடம் சொல்கிறார் என்றும் விளங்கவில்லை. சரி, அவர் ஆற்றாமையைக் கொட்டுகிறார் என்ற அளவில் “உம்” கொட்டிவிட்டு, உறங்கிப் போனான்.

மறுநாள், பெரிய முதலாளி ரிசார்ட்டுக்கு வந்திருந்தார். கூடவே கரை வேட்டி கட்டிய பெரிய மனிதர்கள் நிறைய பேர் வந்திருந்தார்கள். அவர்கள் அடுத்த வாரம் மதுரையில் ஏதோ மாநாடு நடத்தப்போவதாகவும் அதற்கான ஏற்பாடுகளைச் செய்வதாகவும் தோன்றியது.

வந்திருந்தவர்கள் எல்லோரும், முதலாளியைத் ‘தலைவர்’ என்று அழைத்தனர். தலைவருக்கு ஒரு திட்டமிருந்தது. பரம்பரையாய், தொழில்துறையில் கொடி நாட்டிய அவருக்கு, அரசியல் செல்வாக்கும் தேவையாக இருந்தது. அதற்காகத் தன் இனமக்களை ஒன்று திரட்டி, ஒரு பெரிய மாநாடு நடத்தத்

திட்டமிட்டார். நெருங்கி வருகின்ற தேர்தலுக்கு முன், அவர் தன் பலத்தை நிரூபித்தாக வேண்டும். தன்னைப்பற்றியும் தனது இனத்தைப் பற்றியுமான செய்திகள் தொடர்ந்து ஊடகங் களிலும் செய்தித் தாள்களிலும் வந்துகொண்டே இருக்க வேண்டும். அதன் மூலம் ஆளுங்கட்சியோடு கூட்டணி வைத்து, ஒன்றிரண்டு இடங்களைப் பெற வேண்டும். அதன் பொருட்டு, ஆளுங்கட்சியிடம் தனது பேரத்தை அதிகரிக்க, அந்த மாநாட்டை நல்ல முறையில் பயன்படுத்திக்கொள்ள வேண்டும் என்று அவர் அறிந்திருந்தார். மாநாட்டுக்கான வேலைகளை அவரது அமெரிக்க ரிட்டன் மகன் நவீன பாணியில் சிறப்பாகச் செய்துகொண்டிருந்தான். அந்த ஒரு வாரமுமே ரிசார்ட் கரை வேட்டி சட்டைகள் சூழ பரபரப்பாக இயங்கிக்கொண்டிருந்தது.

மாநாடு அன்று, ரிசார்ட்டுக்கு விடுமுறை அறிவித்தனர். பணியாட்கள் அனைவரும் மாநாட்டுத் திடலுக்கு வர வேண்டும் என்று உத்தரவு வந்தது. கூடவே அவர்கள் அணிந்துகொள்ள கரை வேட்டி சட்டைகளும் வந்திறங்கின.

கோவிந்தராஜூவுக்குச் சொல்ல முடியாத அளவுக்கு ஏகப் பெருமிதம். அன்றுதான் அவன் முதன்முறையாக வேட்டி அணிந்திருந்தான். இடுப்பிலிருந்து நழுவிவிடுமோ என்ற பதற்றத்தில், பெல்ட் அணிந்து பக்காவாகத் தயாராகியிருந் தான். முழுக்கை வெள்ளைச் சட்டையும் கரைவைத்த வேட்டியும் அவனைப் பெரிய மனிதனாக உணர வைத்தன. இனி எந்த வண்ண உடையும் தேவையில்லை. வெள்ளை வேட்டி சட்டை தான் தனக்குப் பிடித்த உடை என்று நினைத்துக்கொண்டான். ரிசார்ட்டில் இருந்து கிளம்பிய பேருந்தில், மற்ற பணியாளர்க ளோடு சேர்ந்து அவனும் ஏறிக்கொண்டான்.

ஏகப்பட்ட வாகனங்களில், சுற்று வட்டாரப் பகுதியில் இருந்து அழைத்து வரப்பட்ட இளைஞர்கள் விசிலடித்துக் கொண்டும், ‘வாழ்க கோஷம்’ போட்டுக்கொண்டும் கூச்சலிட்டுக்கொண்டிருந்தனர். மாநாட்டுத் திடல் நிறையத் தொடங்கியது. அவர்களின் இனத்தின் அடையாளமாகப் புதிய கொடி அறிமுகப்படுத்தப்பட்டிருந்தது. அதனைப் பெரும்பாலான இளைஞர்கள் தலைப்பாகை மாதிரி அணிந்திருந்தனர். அனைவரும் நெற்றியில் பெரிய நாமம் இட்டிருந்தனர். யாரோ ஒருவர் கோவிந்தராஜூவுக்கும் ஒரு கொடியைத் தலைப்பாகையாய்க் கட்டிவிட்டு, நெற்றியில் செந்தூரத்தை நாமம்போல இழுத்து விட்டார். அவனுக்கு உற்சாகம் பீறிடத் தொடங்கியது. வழக்கமான சம்பிரதாயங் களுக்குப் பிறகு, சிறப்புரையாக முதலாளி பேசத் தொடங்கினார்.

“ஒரு காலத்தில் தெற்குச் சீமையையே கட்டி ஆண்ட வம்சம் நாம். இந்த மதுரை மாநகரம் நமது தலைநகரம், இதில் இருக்கின்ற மாசி வீதிகள் நமது அரண்மனை முற்றம். பெரியார் நிலையம் நமது கோட்டை. விடுதிகள் நிறைந்த வெளிவீதிகள் நமது அந்தப்புரம். சிம்மக்கல்லும் யானைக்கல்லும் நமது சேனைகள் நின்ற தளவாடங்கள். இந்தக் கோயில் நம் சொத்து, தமுக்கம் நமது இனத்து வீரர்கள் போர்ப்பயிற்சி செய்து விளையாடிய மைதானம். வந்தவனுக்கும் போனவனுக்கும் அள்ளி அள்ளி வாரியிறைத்த ஆண்ட வம்சம். இன்று அஞ்சுக்கும் பத்துக்கு வக்கற்றுப்போய் நிற்பது யாராலே? நமது வீரமும் போர்க்குணமும் எங்கே போனது? திக்கற்று, திசையற்று ஆளுக்கொரு மூலையாய்ச் சிதறிக்கிடப்பது யாருடைய சதி?

ஆனால் இன்று எனக்கு நம்பிக்கை பிறந்திருக்கிறது. என் இனத்தின் இளங்காளைகள் காட்டாற்று வெள்ளமெனத் திரண்டு வந்திருக்கிறீர்கள். என் அக்காக்களின் பிள்ளைகளும் என் அண்ணன்களின் மகன்களும் என் மச்சான்களும் மாப்பிள்ளை களுமாக என் இனம் காக்கப் புறப்பட்டு வந்திருக்கிறீர்கள். நெஞ்சுரமும் தைரியமும் நம் ரத்தத்தோடு கலந்த சொத்து. இன்று சபதமேற்போம், சொந்தங்களே! நம் இனத்தூய்மை காக்க நம் இன்னுயிரையும் இழக்கத் தயங்க மாட்டோம் என்று சபதமேற்போம், சொந்தங்களே..!”

தலைவர் பேசப் பேசக் கூட்டம் அதிர்ந்து ஆர்ப்பரித்தது. விசில் சத்தங்களும் கைத்தட்டல்களும் இடைவிடாது ஒலித்துக் கொண்டே இருந்தன. கோவிந்தராஜூவுக்கும் இரத்தம் சூடேறி, உடல் முறுக்கத் தொடங்கியது. தலைவர் சொன்னது அனைத்தும் தன்னைப் பற்றிதான் என்று நினைக்கத் தொடங்கினான். அவனது மயிர்க்கால்கள் புல்லரித்து, உடல் சிலிர்த்துக்கொண்டது. தன்னையும் அறியாமல், தனது அரும்பு மீசையை முறுக்கிக் கொண்டான்.

இளைஞர் எழுச்சி மாநாடு சிறப்பாக நடந்துகொண்டிருப் பது தலைவரின் முக மலர்ச்சியில் நன்கு தெரிந்தது. அடுத்தது, மாநிலமே திரும்பிப்பார்க்கின்ற அளவுக்கு ஏதாவது செய்ய வேண்டும். அதற்குத் தோதாகக் கலாச்சாரத் தூய்மையைக் கையிலெடுக்க முடிவெடுத்தார். தலைவரின் கர்ஜனை தொடர்ந்தது.

”பாருங்கள் என் இளஞ்சிங்கங்களே, வஞ்சகத்தால் வீழ்த்தப் பட்ட நம் இனம் இன்று காலத்தின் கட்டாயத்தால் கட்டுண்டு கிடக்கிறது. நீங்கள் நமது குடும்பங்களை முன்னேற்ற, நமது பெண்டுபிள்ளைகளைக் காப்பாற்ற, மானமிழந்து, மதியிழந்து,

ஊரை விட்டு, சொந்தங்களை விட்டு, ஆசை துறந்து, சுகம் மறந்து பாடுபட்டுக்கொண்டிருக்கிறீர்கள். ஆனால் சாக்கடைப் பன்றிகளோ கலர் கலராய் ஆடையுடுத்திக்கொண்டு, நம் பெண்களை மயக்கி, அவர்களைச் சீரழிப்பதையே குறிக்கோள் களாய்க் கொண்டு அலைகின்றன. அத்தகைய மாபாதகச் செயல்களை நாம் இனியும் அனுமதிக்கக் கூடாது. என் இரத்தச் சொந்தங்களே, உங்கள் அனைவரின் தலைவனாக, உங்களிடம் நான் ஒன்றை மட்டும் மண்டியிட்டுக் கேட்டுக்கொள்கிறேன். எக்காரணம் கொண்டும், நம் இனத்தூய்மை கெட்டுவிடக் கூடாது. இனத்திற்காக நம் உயிரையும் கொடுக்கத் தயங்கக் கூடாது!"

தலைவர் அடித்த போர்முரசு மாநாட்டு அரங்கம் முழுவதும் அதிர்ந்தது. ஆக்ரோசமான உரையை நிகழ்த்திய தலைவர் பெருமிதத்தோடு விடை பெற்றார்.

தலைவருக்கு அடுத்தபடியாக இருந்த உள்ளூர் தலைகள் தலைவர் விருப்பத்தை உடனடியாக நடத்திக் காட்ட வேண்டும் என்று விரும்பின. மாநாடு முடிந்த கையோடு, கூடியிருந்த இளைஞர்களுக்கு இரகசியக் கட்டளைகளைப் பிறப்பித்தன. அதன்படி, அன்று மாலையே அருகிலிருந்த பூங்காவில் ஜோடி ஜோடியாக அமர்ந்திருக்கும் காதலர்களை அவமானப்படுத்தி அடித்துத் துரத்துவது. அதன் மூலம் கலாச்சாரத்தைக் காப்பாற்ற வந்த காவலர்களாய்த் தங்களை முன்னிருத்தி ஊடகங்கள் மூலம் பொதுமக்களுக்கும் ஆளுங்கட்சிக்கும் செய்தி அறிவிப்பது என்று முடிவெடுத்தன.

மாநாட்டுக்கு வந்திருந்த இளைஞர்கள் ஏற்கெனவே தலைவரின் பேச்சால் சூடேறிப் போயிருந்தனர். போதாக் குறைக்கு, கும்பல் மனப்பான்மையும் சேர்ந்துகொள்ள, பூங்காவில் அமர்ந்திருந்தவர்களைச் சூறையாடத் தொடங்கினர். என்ன ஏதென்று முழுதும் தெரியாமலே, கோவிந்தராஜும் கும்பலோடு சேர்ந்து கோஷங்கள் போட்டுக்கொண்டு ஓடிக்கொண்டிருந் தான். அவன் கட்டியிருந்த வெள்ளை வேட்டி, சட்டை அவனை அறியாமலே அவனுக்கோர் உத்வேகத்தையும் தைரியத்தையும் கொடுத்திருந்தது.

பத்து இருபதுபேர் கொண்ட குழுக்களாகப் பிரிந்து அந்த இளைஞர்கள், பூங்காவில் அமர்ந்திருந்த ஜோடிகளைப் பிடித்து அடித்துக்கொண்டிருந்தனர். அதில் ஒரு குழுவில் கோவிந்த ராஜும் கத்திக்கொண்டு சென்றுகொண்டிருந்தான். அவர்கள் ஒரு ஜோடியைப் பிடித்து, தோப்புக்கரணம் போட வைத்தனர். பின்னால் இருந்த கோவிந்தராஜ் அந்த ஜோடிகளைப் பார்த்தான். அந்தப் பெண் மாலை சூரியன் முகத்தில் பட,

மஞ்சள் நிறச் சிவப்பில் ஜொலித்தாள். பையனோ, அவளுக்குச் சம்பந்தமே இல்லாமல் இருந்தான். அவன் நிறத்துக்குப் பொருந்தாத ஜீன்ஸ், டிசர்ட் அவனை இன்னும் வித்தியாச மாகக் காட்டியது. கோவிந்தராஜுக்குத் தன்னையும் அறியாமல் ஆத்திரம் பொங்கிக்கொண்டு வந்தது. தான் எச்சில் தட்டு எடுத்து, கஷ்டப்பட்டு வேலை பார்ப்பதற்கு அந்தப் பையன்தான் காரணம் என்பதுபோல அவனுக்குக் கோபம் கோபமாக வந்தது.

அப்போது பின்னாலிருந்து, உள்ளூர் தலைகள் சத்தம் கொடுக்கத் தொடங்கின.

"விடாதீங்க மாப்ளைங்களா, சாக்கடைப் பயலுகளுக்கு ஆண்ட வம்சத்துப் பொண்ணு கேட்குதா... போடுங்கடா... நாம யாருன்னு இந்த நாய்களுக்குத் தெரியணும். இந்தச் செய்கை நம்ம வீரத்தைச் சொல்லணும்" என்று கத்தியபடியே முழ நீள அரிவாள் ஒன்றைத் தூக்கிப் போட்டன. அது சரியாக கோவிந்தராஜூவின் கால்களுக்கு அருகில் விழுந்தது. கூட்டத்தில் சன்னதம் வந்தவன் போலக் கத்திக்கொண்டிருந்த கோவிந்தராஜூ வேகமாக அரிவாளைக் கையில் எடுத்தான்.

"உனக்கெல்லாம் ஆண்ட வம்சத்துப் பொண்ணு கேக்குதாடா, சாக்கடைப் பயலே!" என்று கத்தியவாறு அரிவாளின் பிடியை இறுக்கி, கூட்டத்தை விலக்கி வேகமாக முன்னேறி, அந்தப் பையனின் கழுத்தில் வேகமாக வீசினான். கோவிந்தராஜூவின் வெள்ளைச் சட்டை முழுக்கச் சிவப்பு நிறம் தெறித்தது.

கனவுகள் விற்பனைக்கு!

“நான் மனிதன், ஒரு வண்ணத்துப் பூச்சியாய் உருமாறியதாய்க் கனவு காண்கிறேன்; அல்லது நான் வண்ணத்துப்பூச்சி, ஒரு மனிதனாக உருமாறியதாய்க் கனவு கண்டுகொண்டு இருக்கிறேன்”
—ஸுயாங் ஸீ

கண்கொள்ளுமளவு முழுமையாய் விரிந்து கிடக்கிறது வனம். காலங்களின் ஈரம் அடர்த்தியாய் இறங்கியிருக்கும், சருகுகள் பூத்துக் கிடக்கும் மதிகெட்டான் சோலையில் ஊர்ந்து ஊர்ந்து தடம் தேடிச் செல்கின்றன பாதங்கள். கண்முன்னே ஒரு திசைமானி, வடக்கைக் குறித்துக்காட்டிக் கொண்டே முன்னே செல்கிறது. நான் திசை மானியைப் பார்த்துவிட்டு, வலதுபக்கம் திரும்பித் திரும்பி, கிழக்கை நோக்கி முன்னேறுகிறேன். ஆயுள் ரேகைகளை வட்ட வட்டமாய்ச் செதுக்கி வைத்திருக்கும் முதிர்ந்த மரங்கள் நிறைந்த அடர் வனத்திற்குள் செல்லச் செல்ல, கிளைகள் சரசரக்கும் பேரோசை. பெயர் தெரியாத பறவைகளின் இடைவிடாத கீச்சொலி இவற்றிற்கு அப்பால் சிற்சிறிய குன்றுகளையும் குதித்தோடும் குறு நீரோடைகளையும் தாண்டியபடி கிழக்கு நோக்கிய பயணத்தைத் தொடர்கிறேன். முடிவில் வனத்தைத் தாண்டிய பெரிய புல்வெளியை அடையும்போது, சூரியக்கதிரின் முதல் கீற்று, செம்பழுப்பாய் ஒளிர்விடத் தொடங்குகிறது.

வனத்திலிருந்து வெளியேறியதில் ஒருவித விடுதலை உணர்வு தோன்ற, வெளிச்சக்

கீற்றினூடே வேகமாக நடக்கிறேன். வழியின் நடுவே கரிய குன்று போல் ஏதோ தடுக்க, தடுமாறி அப்படியே திகைத்தபடி நிற்கிறேன். பார்வைக்கு மிக அருகே இரு யானைகள் மூர்க்கமாகப் புணர்ந்து கொண்டிருக்கின்றன. நான் அசைவற்று, சிறு சத்தமும் கொடுக்காமல், அவற்றின் ஆக்ரோசத்தைக் கண்கள் விரிய பார்த்துக்கொண்டிருக்கின்றேன். அவற்றின் இயக்கத்துக்கு இடையூறாக சிறு ஒலி எழுந்தாலும் அவற்றின் கோபம் என்மீது திரும்பிவிடும் என்ற நிலையில் நான் சிலையாய் நிற்கையில் பீப், பீப்... பீப், பீப்... பீப், பீப்... என்று இடைவிடாத இடர் எச்சரிக்கை ஒலி !

திடுக்கிட்டு எழுந்து அலாரத்தை அணைத்தேன். பச்சையம் நிறைந்த வனத்தின் வாசனையும் பறவைகளின் கீறீச் ஒலியும் அகன்ற புல்வெளி தந்த குளுமையும் யானைகள் அருகில் திடுக்கிட்டு நிற்கும் நிலையும் இன்னும் நினைவில் நிழலாடின. கண்களைக் கசக்கிக்கொண்டு பார்த்தால் பார்வையின் ஒளி தூரமாய்ப் பரவுவதற்கு வழியின்றி, நான் படுத்திருந்த பத்துக்கு எட்டு அறையின் சுவரில் பட்டு எதிரொளித்தது. சோம்பல் முறித்தபடி எழுந்தேன். இரண்டு வாரங்களாய்த் துவைக்காத ஆடைகள் அறையெங்கும் விரவிக்கிடந்தன. ஜன்னல் இல்லாத அறையில் எப்போதும் இருக்கும் அழுக்கு வாடையோடு சேர்ந்து லேசான முடை நாற்றமும் அடித்தது. யானைக்கனவின் கிளர்ச்சியையும் பயத்தையும் நினைத்துக்கொண்டே, விடுதியில் நான்காம் தளத்திலுள்ள பத்து அறைகளுக்கும் பொதுவாக இருந்த கழிப்பறையை நோக்கி நடந்தேன்.

எனக்கு வரும் கனவுகள் எப்போதும் விசித்திரமானவை. நினைவு தெரிந்து முதன்முதலில் வந்த விசித்திரக் கனவு எனது திருமணம் தொடர்பானது. அதுவும் எனது ஏழாவது வயதில். அப்போது இரண்டாம் வகுப்பு படித்துக்கொண்டிருந்தேன். ஒரு நாள் வகுப்பில் ஒரு தோழியோடு பென்சிலையும் சாக்பீஸை யும் வைத்து விளையாடிக்கொண்டிருந்தேன். அப்போது தவறுதலாக அவளது பென்சிலை என் பாக்ஸில் வைத்து எடுத்துவந்துவிட்டதை மாலை வீட்டுக்கு வந்த பிறகுதான் கவனித்தேன். அந்தப்பெண் என்னைத் தவறாக நினைத்துக் கொள்வாளே என்ற வருத்தம், அன்று தூங்கும்வரை மனத்துக்குள் இருந்துகொண்டே இருந்தது. அன்று இரவு கனவில் எனக்கும் அந்தத் தோழிக்கும் திருமணம் நடப்பதுபோல கனவு வந்தது. விடிந்ததும் ஒரு மாதிரி குதூகலமான மனநிலையில்தான் இருந்தேன் என்று இப்பொழுதுவரை நினைவிருக்கிறது. வெகு நாட்களாய் அந்தக் கனவை மனதுக்குள் நினைத்துக்கொண்டே

மகிழ்ந்துகொண்டிருந்தது தனிக்கதை. மறுநாள் மிக வருத்தத் துடனேயே அந்தப் பென்சிலை அவளிடம் கொடுத்தேன். நான் வேண்டுமென்றே அந்தப் பென்சிலைத் திருடிச்சென்று விட்டதாகவும் அதனால் முதல்நாள் இரவு முழுவதும் என்னைத் திட்டிக் கொண்டிருந்ததாகவும் அதற்கு மன்னிப்பு கேட்டுக் கொள்வதாகவும் அவள் சொன்னாள். ஆக, எந்தப் பெண்ணாவது என்னைத் திட்டினால், கனவில் அவளுடன் எனக்குத் திருமணம் நடக்கும் என்று ஒரு தியரியை வடிவமைத்துக்கொண்டேன்.

கனவுக்கான 'ஹேப்பி ஹவர்ஸ்' முடிந்ததும், அன்றைக் கான வழமைக்குள் நம்மை ஒப்புக்கொடுத்துவிட வேண்டி இருக்கிறதே. மாநகரத்தின் பரபரப்பான பகுதியில் அமைந் திருக்கும் நூற்றுக்கணக்கான மேன்ஷன்களில் உள்ளடங்கிப் போயிருக்கும் 'சேவல் பண்ணை'யின் நான்காவது மாடியில், இரண்டுபேர் தங்கக் கூடிய சிறிய அறையில்தான் இப்போதைய எனது இருப்பு. உடன் தங்கியிருப்பவன் கல்லூரித்தோழன் என்றபடியால் அறையில் பெரிய பாகப்பிரிவினை எதுவும் கிடையாது. அறை முழுதும் இருவரின் உடைகளும் புத்தகங்களும் பொருட்களும் தங்கு தடையின்றி எங்கெங்கும் விரவிக் கிடக்கும். அலுவலகம் செல்லும் அவசரகதியில் பொதுக் கழிவறை வரிசையைத் தாண்டி உடை மாற்றி உடலுக்கு ஒருமுறை, காலுறைக்குள் ஒருமுறை என வாசனைத் திரவியங்களைத் தெளித்துவிட்டுக் கசகசக்கும் கழுத்துப் பட்டையையும் இடுப்புப் பட்டையையும் இறுக்கிக்கொண்டு வெக்கு வெக்கென்று நேரத்திற்குள் ஓடி, மின்சார ரயிலைப் பிடித்து அலுவலகம் அடைந்து அங்கே உணவகத்தில் தினமும் ஒரே மாதிரியாய்ப் பரப்பிவைக்கப்பட்டிருக்கும் காய்ந்த ரொட்டிகளை ஊற வைத்துத் தின்னும்போதெல்லாம் நினைத்துக்கொள்வேன்... "கனவுகள் எவ்வளவு வண்ணமயமாய் ஒவ்வொரு நாளும் புதுவிதமாய். எதிர்பார்ப்பின் அழகியலோடு தோற்றம் கொண்டிருக்கின்றன. இத்தகைய கனவுகளுக்குள்ளே சென்று சென்று வாழ வழி இருக்கிறதா?"

விதவிதமான கனவுகள் வருகின்றதே, நாம் வாழ்கின்ற இந்த வாழ்வும் அப்படியே கனவாக இருந்தால் எப்படியிருக்கும் என்று அவ்வப்போது யோசிக்கத் தோன்றும். தவறவிட்ட தருணங்கள், கொஞ்சம் முயற்சி எடுத்தால் வெற்றியடைந் திருக்கக் கூடிய வாய்ப்புகள், கொஞ்சம் நிமிர்ந்து நின்றிருக்கக் கூடிய சவால்கள், இன்னும் இளகிப்போயிருக்க வேண்டிய கோபங்கள் என்று எல்லாக் கோட்டையும் அழித்துவிட்டு முதலில் இருந்து விளையாடத் தோன்றும் சாகசமும் நன்றாகத்தான்

இருந்தது. மனம் குதூகலிக்கும் வேளையில் வாழ்வை அப்படியே உறைந்து போக வேண்டுவதும், துவண்டுபோகும் வேளையில் நடந்த நிகழ்வுகளையெல்லாம் அப்படியே அழித்துவிட்டுப் புதிதாய்த் தொடங்கிவிடுவதும் வேண்டும் என்றே தோன்று கிறது. இந்தச் சாத்தியக் கூறுகள் வாழ்வில் இல்லாவிட்டாலும் கனவுகளில் நிரம்ப நிரம்பக் கிடைப்பதாகவே எப்பொழுதும் உணர்ந்திருக்கிறேன்.

நிறைவேறாத உள்ளுணர்வு ஆசைகள்தான் கனவுகளாக வருவதாகக் கேள்விப்பட்டிருக்கிறேன். அப்படியென்றால், இவ்வளவு ஆசைகள் உள்ளுக்குள் புதைந்துகிடக்கின்றன என்பதே வியப்பாக இருக்கும். வழமையாய்ச் செல்லும் வாழ்க்கைக்கு வண்ணமயமான கனவுகள் சுவாரஸ்யத்தைக் கொடுப்பதால், இப்போதெல்லாம் அவற்றை வரவேற்கும் மனநிலைக்கு வந்துவிட்டேன். இன்று வந்த கனவு இன்னும் வித்தியாசமானது.

இதுவரை அறிந்திராத ஒரு பெயரற்ற ஊரில், வாரச் சந்தை போன்று ஏதோ நடந்துகொண்டிருந்தது. ஒவ்வொரு கடையின் முன்னும் பெருந்திரளான கூட்டம் குழுமியிருந்தது. தேசாந்திரி யாகச் சுற்றித்திரிந்து அந்த ஊருக்குள் பெரும் களைப்புடன் நுழைபவனாக நான், கால் போன போக்கில் சந்தையினூடே நடந்து சென்றேன். நா வறண்டு தாகமெடுக்க, தண்ணீர் தேடி ஒவ்வொரு கடையாகப் பார்த்தபடி நடந்தேன். வித்தியாசமாய் அலங்கரிக்கப்பட்ட ஒரு கடையில், மற்ற கடைகளைவிட மிக அதிகமான கூட்டம் முண்டியடித்துக்கொண்டிருந்தது. என்ன வென்று பார்க்கின்ற ஆர்வத்தில் அந்தக் கடையை எட்டிப் பார்க்க எனக்குப் பின்னால் வந்த கூட்டம் என்னையும் சேர்த்துத் தள்ளிக்கொண்டு கடை வாசல்வரை கொண்டுபோய்விட்டது.

வடநாட்டுப் பாணி உருமாலும் பெரிய மீசையும் வித்தியாச மான உடையும் அணிந்திருந்த கடைக்காரர் என்னைப் பார்த்துச் சிநேகமாகச் சிரித்தார். எனக்குத் தாகம் அதிகமாகி மயக்கம் வருவதுபோலத் தோன்றியது. என் தேவையைப் புரிந்து கொண்டவர்போல, ஒரு மண் குவளையில் தண்ணீர் கொடுத்தார். நான் ஆவலாக வாங்கி, நெஞ்சு நனைய வேகமாகக் குடித்தேன். நன்றியுணர்ச்சியாக, இந்தக் கடையில் ஏதாவது வாங்கிச் செல்ல வேண்டும் என்று நினைத்தவனாய் எனது பர்ஸை எடுத்தேன். அதில் இருந்த சில்லறைக் காசுகளை எண்ணுவதற்கு முன்பாகவே கடைக்காரர் கைகளால் சைகை காட்டி நிறுத்தச் சொன்னார். முதலில் பொருளை உபயோகப்படுத்திப் பார்த்து

விட்டு, பின் விலையைப் பேசிக்கொள்ளலாம் என்று உறுதியாகக் கூறினார். எனக்கும் அது நல்ல யோசனையாகத் தோன்றவே சரியென்று பொருட்களைக் காண்பிக்கச் சொன்னேன்.

அவ்வளவு கூட்டத்தையும் விலக்கி என்னை உள்ளறைக்குக் கூட்டிச் சென்றார். சாணி போட்டு மெழுகியிருந்த மண் தரையும் தென்னங்கீற்று வைத்துக் கட்டியிருந்த கூரையும் ஒரு கிராமத்து வீட்டை நினைவுபடுத்தின. அந்த அறை முழுவதும் சிறிதும் பெரிதுமாக மண் தாழிகள் மூங்கில் கூடைகளைக் கொண்டு மூடிவைக்கப்பட்டிருந்தன. ஒவ்வொரு தாழியும் வெவ்வேறு வடிவம் கொண்டிருந்தன. தாழியில் இருந்தவை என்ன பொருளாக இருக்கும் என்ற ஆர்வத்தில், கைக்கு எட்டிய முதல் தாழியைத் திறந்து பார்த்தேன். அதில் மீன் குஞ்சுகள் நீந்திக்கொண்டிருந்தன. மீன் வியாபாரமாக இருக்கும் என்று நினைத்துக்கொண்டு அடுத்த தாழியைத் திறந்தேன். அதில் மேகப்பொதிகள் மிதந்துகொண்டிருந்தன. இது என்னவிதமான வியாபாரம் என்று குழப்பத்துடன் கடைக்காரரைப் பார்த்தேன். அவர் அர்த்தமான புன்முறுவலுடன், "இது கனவு வியாபாரம், இங்கே பயமும் சிலிர்ப்பும் கூச்சமும் வெறியும் பக்தியும் மோகமும் சாகசமும் புலம்பலும் சிறியதும் பெரியது மாக இப்படி ஏகப்பட்ட கனவுகள் விற்பனைக்கு இருக்கின்றன. எந்தக் கனவு வேண்டுமோ, அந்தக் கனவுக்குள் சென்று வாழ்ந்து பார்த்துப் பிடித்திருந்தால் வாங்கிச் செல்லலாம்" என்றார். ஆச்சரியமும் எதிர்பார்ப்பும் என்னுள் தொற்றிக்கொள்ள, "ஒரு கனவு வாங்குவதற்கு எத்தனை வாழ்க்கையை வேண்டுமானா லும் இலவசமாய் முயன்று பார்க்கலாம்" என்ற விளம்பரமும் கவரவே, ஒவ்வொரு தாழியாகத் திறந்து பார்த்தேன். அதில் வண்ணத்துப்பூச்சிகள் சிறகடித்துக்கொண்டிருந்த தாழி எனது கவனத்தை ஈர்த்தது. வண்ணத்துப்பூச்சியின் வாழ்க்கை எனும் அந்தக் கனவுக்குள் நுழைந்து பார்க்க விரும்பினேன். அதைக் கடைக்காரரிடம் தெரிவித்ததும் அவர் அந்தத் தாழிக்குள் என்னை இறங்கச் சொன்னார். சுவாரஸ்யமும் பயமும் ஒரு சேர பிணைத்துக்கொள்ள மெல்லத் தாழிக்குள் இறங்கினேன்.

சற்று நேரத்திற்கெல்லாம் ஒரு புழுவாய் நெளிந்து கொண்டிருந்தேன். இன்னும் கொஞ்சம் நேரம்தான், பிறகு சிறகடிக்கும் வண்ணத்துப்பூச்சியாகலாம் என்று நினைத்துக் கொண்டிருந்தபோதே, மூச்சு முட்டி இருட்டறைக்குள் தள்ளுவது போன்று ஒரு உணர்வு. ஏதோ பயம் தொற்றிக் கொள்ளப் பதறிப்போய், "வேண்டாம், நான் சிட்டுக் குருவியின் கனவை முயற்சிக்கிறேன், இது வேண்டாம்!" எனக் கதற

வெளியே இருந்து கடைக்காரரின் சத்தம்... "இந்த வண்ணத்துப் பூச்சியின் வாழ்வை முடித்துவிட்டு வா, பிறகு சிட்டுக் குருவி யாகலாம்!" நானும் வேறு வழியின்றிச் சிட்டுக்குருவியின் கனவைச் சுமந்துகொண்டு வண்ணத்துப்பூச்சி வாழ்க்கையின் தொடக்கத்தில் உழன்றுகொண்டிருந்தேன், அப்போது..."

திடீரென்று கனவு கலைந்து முழித்துப் பார்த்தால் என் முதுகில் வண்ணத்துப்பூச்சியின் சிறகுகள் முளைத்திருப்பது போன்ற உணர்வு. கொஞ்சம் நிதானித்ததும் நினைவு வந்தது. வழக்கமாய்க் கனவுதான் வரும். இப்போது கனவுக்குள் கனவை வாங்குவதுபோல ஒரு கனவு வந்திருக்கிறதே என்று யோசித்த வாறே கண்களைக் கசக்கியபடி அமர்ந்திருந்தேன்.

"டீ சாப்பிடப் போகலாமா?" என்று அறை நண்பன் கேட்கும்போதுதான் முழுதாய்ச் சுய நினைவு வந்தது. தலையணையை ஒரு புறமும் கனவை இன்னொரு புறமும் ஓரமாய் வைத்துவிட்டு, தெருமுனையில் இருந்த கடைக்குத் தேநீர் குடிக்கக் கிளம்பினேன். இன்னும் கொஞ்ச நேரம் தூங்கி யிருந்தால் மகரந்தத்துடன் தேன் குடித்திருக்கலாம்.

பட்சி ஜாதகன்

அதிகாலை நான்குமணியாகிவிட்டால், அவனுக்குப் படுக்கையில் இருப்புக் கொள்ளாது. பறவைகளின் விடியல் கூவலுக்கு முன், தேவையான அனைத்துத் தயாரிப்புக்களையும் செய்தாக வேண்டும் என்ற உந்துதல் அவனுள் தோன்ற ஆரம்பித்துவிடும். கருக்கலில் எழுந்ததும், முதல் வேலையாக முந்தைய இரவு ஊறவைத்திருந்த கொண்டைக்கடலை, பட்டாணி, கோதுமை களைத் தண்ணீர் மாற்றி, அதன் அலர்நாற்றம் போவதுவரை அலசுவான். பின் மொட்டை மாடியில் பறவைகள் இருக்கும் முற்றத்திற்கு அடுத்த வெட்டவெளியில் பெரிய சாக்குகளை விரித்து அந்தத் தானியங்களை உலர வைப்பான். அதன் பிறகு மோட்டாரைப் போட்டுச் சிறிய சிறிய பீப்பாய்களில் நீரை நிரப்பிக்கொள்வான். ஒருநாள் கால்சியம் மருந்து கலந்த தண்ணீர் என்றால், மறு நாள் ப்ரோட்டின் மருந்து கலந்த தண்ணீர். அடுத்த நாள் விட்டமின் மருந்து கலந்த தண்ணீர். நான்காம் நாள் எந்த மருந்தும் கலக்காத வெறும் தண்ணீர். இப்படி முறை வைத்துச் சரிவிகித அளவில் தண்ணீர் பீப்பாய்களைத் தயார் செய்வான். பொழுது விடியும்முன்னரே பறவைகள் சத்தம் கொடுக்கத் தொடங்கிவிடும். அவ்வாறு சத்தம் கொடுக்கும்வரை அவை தங்கியிருக்கும் முற்றத்திற்குப் போய்த் தொந்தரவு செய்ய மாட்டான். இந்த முன் தயாரிப்புகளெல்லாம் செய்து முடிக்கவும் அவை கூவத் தொடங்குவது சரியாக இருக்கும். பின் முற்றத்திற்குச் சென்று ஒவ்வொரு கூண்டாக அதன் கழிவுகளை நீக்கிச்

சுத்தம் செய்து முந்தைய நாள் வைத்திருந்த இரைக்கிண்ணத்தையும் தண்ணீர்க்கிண்ணத்தையும் கழுவப்போட்டுவிட்டு லேசாக உலர்ந்திருக்கும் தானியங்களைக் கலந்து, ஏற்கெனவே கழுவி வைத்திருக்கும் வேறு கிண்ணங்களில் வெவ்வேறு அளவுகளில் ஒவ்வொரு கூண்டாக வைப்பான். அவன் வருவதற்குள்ளாகவே ஒவ்வொரு பறவையும் அவனை அழைத்துச் சத்தமிட்டுக் கொண்டிருக்கும். ரகம் வாரியாக, இனம் வாரியாக ஒவ்வொரு கூண்டுக்குள் இருக்கும் பறவையின் ஜாதகமும் அவனுக்கு அத்துப்படி.

நான்கு அடி நீளம், நான்கு அடி அகலம், நான்கு அடி உயரம் கொண்ட கூண்டுகளில் ஏழாவதாய் இருக்கும் ‘சன் கனூர்’ ஜோடியில் ஆணுக்கு என்ன வயது, பெண்ணுக்கு என்ன வயது, அவை எப்போது இணை சேர்க்கப்பட்டது, போன அடையில் அவை எத்தனை குஞ்சுகள் பொரித்தன, இனி அடுத்து அவை எப்போது முட்டையிடும், கதவுக்கு அருகே வலது ஓரத்தில் இருக்கும் பெரிய விடுதிக் கூண்டுக்குள் ஆஃப்ரிக்கன் லவ் பேர்ட்ஸில் மொத்தம் எத்தனை இளம் பறவைகள் இருக்கின்றன, அதில் எத்தனை ஆண் பறவைகள், எத்தனை பெண் பறவைகள், அவற்றை ஜோடி பிரித்துத் தனிக்கூட்டில் விடுவதற்கு இன்னும் எத்தனை நாட்களாகும், முற்றத்தின் கடைசியில் ஜன்னலோரம் இருக்கும் கூண்டுகளில் இருக்கும் காக்டெயில் பறவைகளில், அல்பினோவையும் பேர்ளையும் ஜோடி சேர்க்கும்போது அவை எத்தனையாவது தலைமுறையில் மிக அரிதான பட்டர்ஃபிளை நிறமுள்ள குஞ்சுகளைப் பொரிக்கும் என்று பறவைகள் உலகில் தன்னையும் ஒரு பறவையாக, அவற்றிற்கான மருத்துவனாக, பாதுகாவலனாக, பராமரிப்பாளனாகத் தன்னை ஐக்கியப்படுத்தி இருந்தான்.

பதினாறு வயதில் சாலை விபத்தில் தன் கண்ணுக்கு எதிராக அப்பாவும் அம்மாவும் கூழாகிக் கிடந்த காட்சி இன்னும் அவன் மனக்கண்ணில் நீங்காத நினைவுகளாய்த் தங்கியிருந்தது. அநாதையானவனுக்குச் சாலை எப்பொழுதும் பயமுறுத்தும் கொடிய விலங்காக மாறியது. எங்கும் வெளியே செல்லாமல் வீட்டுக்குள் அடைந்துகிடந்தவனுக்கு அவனுக்கான உலகத்தின் திறவுகோலாய் வந்தது, தோட்டத்தில் காகம் தூக்கி வந்துபோட்ட சிட்டுக்குருவி போன்ற சிறியதொரு பறவை. ஆனால் மர நிறமாய் இல்லாமல் அது தூய வெள்ளை நிறத்தில் இருந்தது. வெள்ளைச் சிறகுகளெங்கும் காகம் கடித்த இரத்தத் திட்டுகள். உயிருக்குப் போராடிக்கொண்டு கிடந்த அச்சிறு பறவையைக் கைகளில் ஏந்தினான். உயிர் உதற அது மன்றாடும் பார்வை அவனை உலுக்கியது. வீட்டுக்குள் அதனை எடுத்துச் சென்று காயங்களில் மஞ்சள்வைத்து அது குடிக்கச் சொட்டு

சொட்டுக்களாய்த் தண்ணீர் கொடுக்கவும் சிறிது நேரத்தில் அது உயிர்பிழைத்துக்கொண்டது. அந்தச் சிறு ஃபின்ச்சஸ் குருவி மூலமாக அறிமுகமான வளர்ப்புப் பறவைகளின் உலகம் அவனை வசீகரித்துக்கொண்டது. வளர்ப்புப் பறவைகளுக்கென இருக்கும் பிரத்யேகச் சந்தைகள் அவனுக்கு வீட்டைப் போன்ற உணர்வைத் தந்தன. அப்போது தொடங்கிய பறவைப் பிரியம், இந்த ஏழு வருடங்களில் அவனை விதவிதமான வளர்ப்புப் பறவைகளை வளர்த்து, பராமரித்து விற்கும் தொழிற்காரனாக மாற்றியிருந்தது.

அவன் பறவைகளின் மொழி அறிந்தவனாக இருந்தான். தான் வளர்க்கும் வளர்ப்புப் பறவைகளின் மொழி மட்டுமல்ல, அப்பறவைகளை இரையாகக்கொள்ளவரும் கொலைப் பறவைகளான பருந்து, பஹ்ரி, காகம் போன்றவற்றின் மொழிகளையும் அறிந்திருந்தான். அத்தகைய பறவைகள் இவனது இருப்பிடம் இருக்கும் திசைக்கு ஒருபோதும் வருவதில்லை. அவை பயப்படும்படியான சங்கேத வார்த்தைகளை மிரட்டும் தொனியில் காற்றில் அலையவிட்டிருந்தான். அதற்குப் பயந்தே வலிய பறவைகள் இவனது இருப்பிடத்தை அண்டாது.

ஜனசந்தடி மிகுந்த நகரின் மையத்தில் அமைந்திருந்தது அவனது வீடு. பொதுவாகவே தனிமை விரும்பி. அவன் அம்மா அப்பா இறந்த பிறகு, உறவினர்களுடனும் இணக்கமின்றிப் போகவே தான் உண்டு தன் பறவைகள் உண்டு என்று வீட்டையே தனது உலகமாக மாற்றிக்கொண்டான். படிப்பிலும் ஆர்வம் குறைய பள்ளிப்படிப்போடு நிறுத்திக்கொண்டான். சொந்த வீடும் வங்கியில் இருந்த பணமும் அவனது வாழ்க்கைப் பாடுகளுக்கான குறைந்த தேவைகளும் அவனை வெளியே அதிகமாய் அலைய வைக்கவிடவில்லை. வீட்டிற்கு வெளியே வந்தால், சாலைகள் அவனை விழுங்கிக்கொள்வதுபோல அச்சமூட்டின. வீதிகள், தெருக்கள், சந்துகளெல்லாம் சர்ப்பங்களாய் மாறி அவனை எப்போதும் சுற்றிவளைக்கத் தயாராக இருந்தன. அவனுக்கும் பறவைகளுக்குமான உணவுத் தேவைகளுக்குரிய கடைகள் அது போக புதிய பறவைகளை வாங்கத் தன்னிடமுள்ள பறவைகளை விற்க என்று செல்லும் பறவைச் சந்தை இவை மட்டுமே அவன் வீட்டைத் தாணடி செல்லும் இடங்கள். இப்படி அத்தியாவசியத் தேவைகளுக்காக வீதிகளைத் தாண்டி நகருக்குள் செல்லும்போதெல்லாம் வழியெங்கும் படர்ந்திருப்பதாய் நினைக்கும் பெருவிருட்சத்தின் விழுதுகளைப் பிடித்துப் பிடித்துத் தாவிக் குதித்துச செல்வதாய்க் கற்பனைசெய்துகொள்வான். அப்போதுதான் அவனால் சிறிதளவேனும் இயல்பாகச் சென்று வர முடியும்.

வெளியே சென்றுவிட்டு, வீட்டுக்குள் நுழைந்ததும் கதவு களையும் சன்னல்களையும் தாழிட்டுக்கொண்டு நேராக மாடிக்குச் சென்றுவிடுவான். அங்கே மாடியில் வரிசையாய்க் கீழும் மேலும் பக்கவாட்டிலும் சிறிதும் பெரிதுமாய்ப் பல்வேறு அளவுகளில் வைக்கப்பட்டிருக்கும் கம்பிக் கூண்டுகள் நிறைந்த பெரிய முற்றம். அந்தக் கூண்டுகளிலெல்லாம் விதவிதமான வளர்ப்புப் பறவைகள். எலி, பூனை, நாய் போன்ற விலங்குகள் வந்து தொந்தரவு செய்யாத வகையில் முற்றத்தின் நான்கு பக்கச் சுவரும், காற்று வரக் கூடிய கதவு, ஜன்னல்களிலும் இரும்புக் கம்பிகளால் வேயப்பட்ட வலைகளுமாய் அந்த முற்றமே பெரியதொரு பெட்டியைப்போல காட்சியளித்தது. அங்கே பறவைகளின் இடைவிடாத சத்தத்திற்கு நடுவே அமர்ந் திருக்கும்போது அவனுக்குக் கருவறைக்குள் இருப்பது போன்ற பாதுகாப்பு உணர்வு கிடைத்தது. எப்போதாவது அவசியமாய் வெளியே செல்ல வேண்டிய நேரம், கீழே வீட்டில் இருக்கும் சொற்ப நேரம் போகத் தனது பொழுதனைத்தையும் பறவை களோடு அந்த முற்றத்தினுள்ளேயே கழித்தான்.

அடைக்கப்பட்ட கூண்டிற்குள் இருந்தாலும் ஒவ்வொரு பறவையும் அவனோடு பேசியது. அவற்றிற்கு அந்த முற்றத்தைத் தாண்டிய உலகைத் தெரியாது. அவ்வப்போது அவற்றின் கனவில் வரும் வனத்தையும் ஆகாயத்தையும் இன்னதென்று புரியாமல் அவை விளக்கம் கேட்க அவன் அவற்றைத் தன் அச்சம் பொருந்திய மனத்தைக் கொண்டு விளக்குவான். ஆகாயமும் வனமும் தெரியாத அவனுக்குப் பாதுகாப்பான முற்றம் கொண்ட வீட்டைத் தாண்டிய உலகம் என்பது கோர விபத்துகள் நடக்கும் சாலைகள் என்று மட்டுமே மனத்தில் பதிந்திருந்தது. மெலிதான உடல் கொண்ட, வண்ண வண்ண நிறங்கொண்ட, அரிய பறவை இனங்களுக்கு அந்த முற்றத்தைத் தவிர பாதுகாப்பான இடமென்று எதுவுமில்லை என்று புரிய வைப்பான். நேரந்தவறாமல் கொடுக்கப்படும் ஆரோக்கியமான உணவும் தண்ணீரும் சுத்தமான சூழலும் அந்தக் கூண்டு களைத் தாண்டிய உலகில் கிடையாது. தனித்து விடப்பட்ட தனக்கு அப்பறவைகள் துணையாக இருப்பதுபோல அந்த முற்றத்திற்கான பாதுகாவலனாகத் தான் இருக்கிறேன் என்று அவற்றிற்குத் தெளிவுபடுத்துவான்.

இளம் பறவைகள் பருவமெய்தியதும் அவற்றை உற்று நோக்கித் தகுந்த இணையைச் சேர்த்துத் தனிக்கூண்டில் அடைத்து வைப்பான். கம்பி வலைகளால் ஆன பிரத்யேகக் கூண்டிற்குள் உள்ளறையில் மரத்தாலான இனப்பெருக்கப் பெட்டி ஒன்றையும் தவறாமல் வைப்பான். நன்கு சலிக்கப்பட்ட

ஆற்றுமணலையும் மெலிதாகத் துகள்களாக்கப்பட்ட மரத் தூள்களையும் சம அளவில் கலந்து அந்த இனப்பெருக்கப் பெட்டிக்குள் மெத்தை அமைத்திருப்பான். அதுபோக பெரிய கம்பிக் கூண்டினுள் வேப்பங்குச்சிகள், காய்ந்த அருகம்புல், தேங்காய் நார் போன்றவற்றையும் போட்டு வைப்பான். மரப்பெட்டிக்குள் மெதுவான விரிப்பு அமைத்துப் புதிதாக இணைந்த ஜோடிப்பறவைகளை அவற்றினுள் வைப்பான். அதனுள் அவை முட்டையிட்டுக் குஞ்சுகள் பொரிக்கும்.

குஞ்சுகள் பிறந்ததும் அவை இறக்கை முளைத்து மரப் பெட்டியிலிருந்து வெளியே தானாக வரும்வரைக்கும் தாய் தந்தைப் பறவைகள் குஞ்சுகளுக்கு ஊட்டுவதற்காகப் பிரத்யேக உணவு தானியங்களை அவன் கூண்டினில் வைப்பான். ஐம்பதுக்கும் மேற்பட்ட கூண்டுகளில் எந்த ஜோடி குஞ்சு பொரித்திருக்கிறது, அதற்கு என்னென்ன தேவை என்பதை அவன் தனித்தனியாக அறிந்துவைத்திருந்தான். நோஞ்சானாக இருக்கும் குஞ்சுகளையும், தாய் தந்தைப் பறவைகளால் கைவிடப்பட்ட குஞ்சுகளையும் தனிக்கூட்டில் பராமரித்து அவற்றிற்கு அவனே உணவு ஊட்டுவான். சிறிய குஞ்சுகளாய் இருந்தால் ஊறவைத்த கொண்டைக் கடலையை வாயில் மென்று, தன் வாய் மூலமாகக் குஞ்சுகளின் வாய்க்குள் செலுத்துவான். சற்றுப் பெரிய குஞ்சுகளுக்குப் பிரத்யேகமாக அலகுபோல வளைக்கப்பட்ட சிறு கரண்டிகள் மூலமாய் உணவூட்டுவான்.

அவ்வாறு அவன் உணவூட்டிக்கொண்டிருந்த ஒரு நாள் முற்றத்தில் சுற்றி அடித்திருந்த கம்பி வலைகளின் ஊடாக எதிர்ப்புறமிருந்த பெரிய அடுக்ககத்தின் ஒரு தளத்தினுடைய வெளிப்புற ஜன்னல் தெரிந்தது. அந்த ஜன்னல் வழியாக யாரோ தன்னை உற்று நோக்குவது போலான பிரமை அவனுக்கு ஏற்பட்டது. தன்னையும் தனக்குப் பிரத்யேகமான பறவைகளையும் தன்னுடைய முற்றத்தின் வெளியிலிருந்து வேறு ஒருவர் பார்ப்பது அவனுக்குச் சங்கடத்தை உண்டாக்கியது. தொடர்ந்து மறுநாளும் சரியாக அதே நேரத்தில் அந்த ஜன்னல் வழியே யாரோ பார்ப்பது போல் இருக்கவே உடனே அந்தப் பக்கம் கம்பி வலைகளை அடைத்து மரத்தடுப்புகள் ஏற்படுத்த வேண்டுமென எண்ணிக்கொண்டான். அதேபோல, கீழே தோட்டத்தில் நன்கு நீளமாய் இருக்கக் கூடிய பழைய மரப்பலகை ஒன்றைத் தேடி எடுத்து மாடியின் முற்றத்துக்குக் கொண்டுசென்றான். அடுக்ககத்தின் தளத்தைக் காட்டுகிற கம்பிவலையைத் தான் கொண்டுவந்த மரக்கட்டையைக் கொண்டு மூட எத்தனித்தான். பின் ஏதோ நினைவினால்

இடரப்பட்டவனைப்போல, அந்த மரப்பலகையைக் கீழே வைத்துவிட்டுக் கம்பி வலைகளில் படர்ந்திருந்த ஒட்டடையைத் துடைத்துக் குஞ்சுகளுக்கு இரையூட்டத் தொடங்கினான்.

மறுநாள் காலை, பறவைகளுக்குத் தானியம் வாங்க கடைத் தெருவிற்குக் கிளம்பிக்கொண்டிருந்தான். அப்பொழுது சாலைக்கு எதிர்ப்புறமிருக்கும் அடுக்ககத்தின் வாசலில் ஒரு பெண்ணும் அவள் கைகளைப் பிடித்தபடி மூன்று வயது மதிக்கத்தக்க பெண் குழந்தையும் நின்றுகொண்டிருந்தனர். அவன் அவர்களைக் கவனிக்காதவனைப்போல கடையை நோக்கிக் கிளம்பினான். அவர்கள் அவனிடம் ஏதோ கேட்க வருகிறவர்களைப்போல, வேகமாகச் சாலையைக் கடக்க முயன்றனர். வாகனங்கள் விரைந்துகொண்டிருந்தன. அவர்களால் அவன் இருக்கும் பக்கம் வர முடியவில்லை. அவனுக்கு அவர்கள் தன்னிடம்தான் வருகிறார்கள், அவர்களை விட்டு விலகிச் செல்ல வேண்டும் என்று உள்ளூர பதற்றம். அதே நேரம் குழந்தை சாலையைக் கவனமாகக் கடக்க வேண்டும் என்று தன்னையுமறியாத பரிதவிப்பு. குழப்பத்தினூடே அவன் அவர்களிடம் கைக் காட்டி, தான் அந்தப் பக்கம் வருவதாகச் சைகைசெய்துவிட்டுச் சாலையைக் கடந்தான். அவன் அவர்கள் அருகில் சென்று, “என்ன?” என்பது போல் பார்க்க, அந்தப் பெண் அந்த அடுக்ககத்தில் நான்காவது தளத்தில் குடியிருப்பதாகவும் அவன் பறவைகள் வளர்க்கும் முற்றம் அவர்கள் வீட்டு ஜன்னல் வழியாகத் தெரிவதாகவும் தனது குழந்தை அந்தப் பறவைகளை அருகில் சென்று பார்க்க விரும்புவதாகவும் கூறினாள்.

அவனுக்கு என்ன பதிலளிப்பது என்று தெரியவில்லை. தான் இப்போது வெளியே செல்வதால் பிறகொரு நாள் பறவை களைக் காட்டுவதாகச் சொல்லிச் சமாளித்துவிட்டு விரைவாகச் சென்று விட்டான். அதன்பிறகு அவ்வப்போது அவர்களை அடுக்ககத்தின் வாசலில் பார்த்தாலும் சிறு புன்முறுவலோடு கடந்துவிடுவான். ஆனால் ஒவ்வொரு முறையும் பறவைகள் இருக்கும் முற்றத்திற்குச் செல்லும்போது தன்னையும் தன் பறவைகளையும் அந்தச் சிறுமி பார்த்துக்கொண்டிருக்கிறாள் என்று நினைத்துக்கொள்வான். முதலில் பதற்றமாய் இருந்த அந்த உணர்வு நாளடைவில் அவனுக்கு மிகப்பெரிய ஆசுவாசமாய் மாறத் தொடங்கியது. ஒருநாள் மாலை அவன் கீழே வரும் போது, அந்தச் சிறுமி தன் அம்மாவோடு அடுக்ககத்தின் முன் விளையாடிக்கொண்டிருந்தாள். அவனுக்கு அந்தக் குழந்தை ஆசையாய்ப் பறவைகளைப் பார்க்கக் கேட்டதே அதனைக் கூட்டிப்போய்க் காட்டலாம் என்று எண்ணினான். பறவை களைப் பார்க்க வருகிறாயா என்று கேட்ட மாத்திரத்தில் அது

வேகமாகச் சாலையைக் கடந்து ஓடிவந்துவிட்டது. அவன் குழந்தையைத் தூக்கிக்கொண்டு மாடி முற்றத்திற்குச் சென்று கதவைத் திறந்தான். அவனைத் தவிர புதிதாய் இன்னொருவர் வருகையை உணர்ந்த பறவைகள் கூண்டுகளுக்குள் படபடவென அடித்துக்கொண்டன. பறவைகளைக் காண ஆர்வமாய் வந்த குழந்தைக்கு அரையிருட்டில் மூடியிருக்கும் அந்த முற்றமும் வரிசையாய் அடுக்கிவைக்கப்பட்டிருந்த கூண்டுகளும் அதில் சிறகுகள் படபடக்கத் துடிக்கும் பறவைகளும் பெரும் அச்சத்தைத் தந்தன. உள்ளே நுழைந்தவுடனேயே வேண்டாம், வேண்டாம் என்று குழந்தை கதறியழத் தொடங்கியது. அவன் வேகமாகக் குழந்தையைத் தூக்கிக்கொண்டு வெளியே வந்தான். அது பயத்தில் அவனை இறுகக் கட்டிப்பிடித்துக் கொண்டிருந்தது.

பிறகு விளையாட்டுகள் காட்டி, சமாதானம் செய்து குழந்தையின் அழுகையை நிறுத்த வெகு நேரமாகியது. ஒருவழியாய்க் குழந்தையை அம்மாவிடம் விட்டுவிட்டு வந்து தன் வீட்டின் வாசலில் அமர்ந்தான். அவர்கள் மாடியேறித் தங்கள் தளத்திற்குச் சென்றனர். சாலையில் வாகனங்கள் விரைந்து சென்றன. அவன் அடுக்ககத்தின் நான்காவது தளத்தை அண்ணாந்து பார்த்துக்கொண்டே இருந்தான். மேலே ஆகாயம் பரந்து விரிந்திருந்தது.

ஜனசந்தடி மிகுந்த வீதிகள், தெருக்கள், சாலைகள் தாண்டிய உலகில் பரந்த ஆகாயமும் இருப்பதை உணர்ந்தான். மெதுவாகத் தன் வீட்டு மாடிப்படிகளில் ஏறி முற்றத்தை அடைந்தான். அங்கே பாதுகாப்புக்கென்று வைத்திருந்த தகரத்தால் ஆன மேற்கூரையையும் தடுப்புகளாக முடைந்து வைத்திருந்த இரும்புக் கம்பிகளாலான வலைகளையும் ஒவ்வொன்றாகக் கழற்றினான். முற்றத்தின் நாலாபுறமும் திறந்த வெளிகளாக கூண்டிற்குள் இருந்த பறவைகள் முதன்முதலாகப் பரந்து விரிந்த ஆகாயத்தைப் பார்த்தன. பின் அவன் நிதானமாக ஒவ்வொரு கூண்டாகச் சென்று பறவைகளின் மொழியில், "உங்களுக்கான வாழ்க்கைக்கு உங்களை அனுப்பிவைக்கிறேன், சென்று பரந்த ஆகாயத்தைக் காணுங்கள், விருப்பமிருந்தால் திரும்பி வாருங்கள்" என்று கூறியபடி அவை இருந்த கம்பிக் கூண்டுகளைத் திறந்துவிட்டான். இரண்டொரு நொடிகள் செய்வதறியாது அவன் முகம் பார்த்து நின்றுகொண்டிருந்த பறவைகள் ஒரே நேரத்தில் சிறகடித்து வான் நோக்கிப் பறந்தன. திறந்த வானத்தில் பறக்கும் அந்தப் பறவைகளை உற்றுப்பார்த்துக்கொண்டிருந்த அவன் கால்கள் தாமாக மேலெழும்பின. கைகளிலும் உடலிலும் பூத்திருந்த வியர்வைத் துளிகள் மலர்ந்திருந்த துளைகள் வழியாக,

நஞ்சுக் கொடி

ஒவ்வொரு மயிர்க்கால்கள் வழியாக இறகுகள் முளைக்கத் தொடங்கின. அவன் பறவைகளையே பார்த்துக்கொண்டிருந்த நேரத்தில் அவன் உடல் முழுவதும் இறகுகள் வளர்ந்து கைகள் இறக்கைகளாக விரிந்து அவனும் அந்தப் பறவைகளோடு ஆகாயம் நோக்கிப் பறக்கத் தொடங்கினான்.

அக்காட்சியை அடுக்ககத்திலுள்ள தனது வீட்டின் வெளி ஜன்னல் வழியாகக் கண்கொட்டாமல் பார்த்துக் கொண்டிருந்த அந்தக் குழந்தை மகிழ்வோடு கைத்தட்டியது.

இயந்திரம்

அலைபேசியில் பேசும்போது குப்பென வியர்த்துவிட்டது. உலகின் ஒட்டுமொத்த இயக்க மும் ஒரு நொடி நின்றுபோனதுபோல தோன்றியது. மனைவி கருவுற்றது உறுதியான நாளிலிருந்து, இந்த நாளுக்காகக் காத்திருந்தான். சரியாக இப்போது பார்த்து இப்படியான சூழ்நிலை அமைந்துவிட்டதே என்று உள்ளுக்குள் குமைந்தான். எவ்வளவு சாதாரணமாக இருக்க முயன்றும் பதற்றத்தைக் கட்டுப்படுத்த முடியவில்லை.

நேற்று காலை பரிசோதனைக்குச் செல்லும் போதுகூட ஸ்கேன் செய்து பார்த்துவிட்டு, குழந்தை தலை இன்னும் திரும்பவில்லை, இன்னும் பத்து நாட்களாவது ஆகும் என்று மருத்துவர் கூறி யிருந்தார். நீர்ச்சத்து மட்டும் சற்றுக் குறைவாக இருப்பதால் இன்று காலை வந்து ஒரு ஊசி போட்டுக்கொள்ளச் சொல்லியிருந்தார்கள்.

இன்னும் பத்துநாட்களுக்கு அலுவலகத்திற்கு விடுப்பு. எங்கும் வெளியே கூட செல்லப்போவ தில்லை, மனைவி அருகிலேயே இருக்க வேண்டும் என்று நேற்று மாலைதான் நினைத்துக்கொண்டான். நினைத்த சற்று நேரத்திற்கெல்லாம், அலுவலகத் தின் தலைமையகத்திலிருந்து அதிமுக்கியமான அவசர அழைப்பு. ஹைதராபாத்தில் ஏதோ பெயர் தெரியாத ஊரின் ஆளரவமற்ற நெடுஞ்சாலையில் பழுதாகிக் கிடக்கும் இயந்திரத்தை இரண்டு நாட்களுக்குள் சரி செய்தால்தான் ஆச்சு என்று

கட்டளை. மறுத்துக் கெஞ்சிய அத்தனை பதில்களுக்கும் கட்டாயம் செல்ல வேண்டும், வேறு வழியில்லை என்ற ஒற்றைக் கட்டளை மட்டுமே மீண்டும் மீண்டும் வந்தது. சரி, பத்து நாள் இருக்கிறதே என்ற தைரியத்தில் பக்கத்து வீட்டு அக்காவைத் துணைக்கு இருக்கச்சொல்லிவிட்டு வேறு வழியின்றி நேற்று இரவுதான் இரயிலேறினான். இரண்டு நாள் வேலைதான் என்றாலும் கிளம்பும்போதே சிறு உறுத்தல் இருந்தது. ஒன்றும் ஆகாது என்று மனத்தைச் சமாதானம்செய்துகொண்டு கிளம்பி வந்தால் இன்று சரியாக காலை பத்துமணிக்கு அலைபேசி அழைப்பு வந்துவிட்டது.

“என்னங்க, நீர்ச்சத்து ரொம்ப கம்மியா இருக்காம். இன்னிக்கே சிசேரியன் செய்யணும்னு டாக்டர் சொல்றாங்க!”

“என்னப்பா சொல்ற. நேத்துதானே எல்லாம் நார்மலா இருக்குனு சொன்னாங்க?”

“ஆமாங்க. இன்னிக்கு மறுபடியும் ஒரு ஸ்கேன் செஞ்சு பார்த்தாங்க. பேபி முழு வளர்ச்சி வந்திருச்சு. நீர்ச்சத்து கம்மியாயிட்டா மூச்சு முட்ட ஆரம்பிச்சுரும். ரிஸ்க் வேணாம் இன்னிக்கே எடுத்துறலாம்னு சொல்றாங்க.”

“சரி, டாக்டர் என்ன சொல்றாங்களோ, அது மாதிரி செய்யுங்க. நீ ஒண்ணும் பதட்டப்படாதே. எல்லாம் நல்லபடியா நடக்கும். அக்காட்ட ஃபோனைக் குடு.”

“அக்கா, ஒண்ணும் டென்ஷன் ஆகாதீங்க. நான் எவ்ளோ சீக்கிரம் கிளம்பி வர முடியுமோ அவ்ளோ சீக்கிரம் வரப்பாக்கு றேன். டாக்டரம்மாட்ட தெளிவா கேளுங்க. கண்டிப்பா சிசேரியன்தான் பண்ணனும், அதுவும் வெயிட் பண்ண முடியாது... இன்னிக்கே பண்ணணும்னு சொன்னாங்கன்னா, சரின்னு சொல்லீருங்க... வேற என்ன செய்ய?”

வழக்கமாக, எதிர்பாராத நேரத்தில் அடிக்கடி வெளியூர் செல்ல வேண்டிய வேலைதான் என்றாலும் கண்டிப்பாகப் பிரசவ நேரத்தில் உடன் இருக்க வேண்டும் என்று உறுதியாகத் தான் இருந்தான். அதற்காகவே இந்த ஒரு மாதத்திற்கு எந்த வெளியூர் வேலையும் இல்லாதவாறு அட்டவணையெல்லாம் அமைத்து வைத்திருந்தான். போதாக்குறைக்கு மேலாளரிடமும் அவசர வேலை எதுவும் கொடுக்க வேண்டாம் என்றும் கெஞ்சாத குறையாகச் சொல்லி வைத்திருந்தான். ஒருவன் எதைப்பற்றி அதிக அக்கறை எடுத்துக்கொள்கிறானோ அதில் சொதப்ப வைப்பதுதான் விதியின் விளையாட்டு.

"ரெண்டு நாள் வேலைதான். ரொம்ப முக்கியமான பிராஜக்ட். இங்கிருந்து போன மெஷின்ல ஏதோ பிரச்சினை. அதைச் சரிசெய்ய மாட்டாம மொத்த வொர்க்கும் அப்படியே நின்னுபோய்க்கிடக்கு. நீ போயிட்டு வந்துரு, என்ன?" என்று விதி முதலாளி குரலில் பேசும்போது ஊழியனின் மறுப்பெல்லாம் எடுபடவா போகிறது? இன்று தன் முதல் குழந்தையின் வரவுக்காக மருத்துவமனையின் வராந்தாக்களில் குறுக்கும் மறுக்குமாகக் கையைப் பிசைந்தபடி நடந்துகொண்டிருக்க வேண்டியவன் ஆயிரம் கிலோமீட்டர் தள்ளிக் கனரக வாகனங்கள் புழுதி இறைத்துச் செல்லும் இந்த மாநில நெடுஞ் சாலையின் பராமரிப்புப் பணிக்காக தாரும் டீசலும் கலந்த வாசனையோடு மூச்சுவிட்டுக்கொண்டு நிற்கும் இந்த ராட்சச இயந்திரத்தை உயிர்ப்பிக்கப் போராடிக்கொண்டிருக்கிறான்.

இரண்டுமணி நேர இடைவேளையில் மனைவியை அலைபேசியில் அழைத்தான்.

"என்னப்பா, டாக்டர் என்ன சொல்றாங்க?"

"எத்தனை மணிக்கு ஆப்பரேஷன் வச்சுக்கலாம்னு கேட்டாங்க."

"இதென்ன நம்மட்ட கேக்குறாங்க. அவங்களுக்குத் தெரியாதாமா?"

"இல்லங்க, நல்ல நேரம் பார்த்துச் சொல்லச் சொன்னாங்க."

"எல்லா நேரமும் நல்ல நேரம்தான், குழந்தைக்கு மூச்சு முட்டும்னு சொல்றாங்க. பார்த்து சீக்கிரமா பண்ணச் சொல்லுப்பா."

"ம்ம்ம். . . நீங்க கூட இருந்தா கொஞ்சம் தைரியமா இருக்கும், நீங்க எங்கேயோ போய் உட்கார்ந்திருக்கீங்க!"

"என்ன லூசுத்தனமா பேசுற, நான் என்ன வேணும்னா வந்து விளையாடிட்டு இருக்கேன்... சும்மா டென்ஷனைக் கிளப்பாதே... சரி நான் ஃபோனை வைக்குறேன். சார்ஜ் வேற கம்மியா இருக்கு."

ஒருவனின் ஆற்றாமைதான் கடுஞ்சொற்களை உற்பத்தி செய்கிறது. ஆறுதலாய் இரண்டு வார்த்தை பேசுவதற்காக அலைபேசியை எடுத்தவன் கடைசியில் அவள் மனம் புண்படும் படிப் பேசநேர்ந்துவிட்டதே என்று அலைபேசியை வைத்த பின் அவனுக்குத் தோன்றியது. மீண்டும் அவளை அழைக்கத் தோன்றிய எண்ணம் வேலைப் பளுவில் பின்னுக்குச் சென்றது.

சாதாரண வேலை என்று சொல்லி முதலாளி அனுப்பி வைத்துவிட்டார். இங்கு வந்து பார்த்த பிறகுதான் தோண்டத் தோண்ட பூதம்போல கிளம்பிவந்துகொண்டிருப்பது தெரிந்தது. கிட்டத்தட்ட முழு இயந்திரத்தையும் கழற்றி மறுசீரமைப்பு செய்து மாட்ட வேண்டிய வேலை. இயந்திரம் பழுதாகி நிற்கும் நெடுஞ்சாலையின் சுற்றுவட்டாரத்தில் மருந்துக்குக்கூட ஒரு கடை கண்ணி இல்லை. ஊற்றி வழியும் வியர்வையும் கிரீஸ் பிசுபிசுப்பும் தார் வாசமும் அவ்வப்பொழுது அடிக்கும் புழுதிக் காற்றும் காலையிலிருந்து எதுவும் சாப்பிடாத பசியும் சோர்வும் சேர்ந்து வேலையை இன்னும் கடுமையாக்கிக்கொண்டிருந்தது. ஆனாலும்கூட வேலையைச் சீக்கிரம் முடித்துவிட்டுக் கிளம்ப வேண்டும் என்ற ஆர்வம் பணியைத் துரிதப்படுத்திக்கொண்டே இருந்தது. அந்த இயந்திரத்தோடு உழன்றுகொண்டிருந்த பத்துமணி நேரமும் மனது மனப்பாடம் செய்த செய்யுளை ஒப்பிப்பதுபோல, “மகன் நல்லபடியாகப் பிறக்கட்டும், மகன் நல்லபடியாகப் பிறக்கட்டும்” என்று பிரார்த்தனைசெய்து கொண்டே இருந்தது.

இத்தனை நாளும் கணவன் மனைவிக்குள் மகனா, மகளா என்று பெரிய போட்டியே நடந்து வந்தது. இவன் எப்போதும் தங்களுக்கு மகள்தான் பிறப்பாள் என்று உறுதியாய் நம்பிக் கொண்டிருந்தான். அவளோ, “என் வயித்துல என்ன பிள்ள இருக்குன்னு எனக்குத் தெரியாதா, நிச்சயம் பையன்தான்” என்று வாதிடுவாள்.

“பையன், பையன்னு சொல்லிட்டு இருக்க, கடைசீல பொண்ணு பிறக்குறப்ப ஏமாந்து போயிடாதே” என்று அவளை வம்பிழுப்பான்.

“அதெல்லாம் இல்ல, பையன்தான் பிறப்பான். நீங்க பார்க்கத்தானே போறீங்க!” என்று அவளும் விடாமல் அடம் பிடிப்பாள்.

”பாரு, ஏழாவது மாச ஸ்கேன்ல ஒண்ணும் சொல்ல லேல்ல, அப்ப பொண்ணுதான், பையன்னா நர்ஸ் குறிப்பால சொல்லிருப்பாங்க.”

“நீங்க என்ன வேண்ணா சொல்லுங்க. என் பையனை எனக்குத் தெரியாதா!”

“சரி, எந்தக் குழந்தைன்னா என்ன. நல்லபடியா பிறந்தா சரிதான்” என்று இவன்தான் கடைசியில் இறங்கிப் போவான்.

இன்று காலையில் இருந்து அவனையும் அறியாமல் மனம் “மகன் நல்லபடியாகப் பிறக்கட்டும்” என்று வேண்டுவது

ஏனென்று அவனுக்கும் புரியவில்லை. இரண்டுநாட்கள் பிடிக்கும் வேலையை முழுமூச்சாய்ப் பத்துமணி நேரத்தில் சரிசெய்து விட்டான். ஒரு வழியாய் வேலையை முடித்து இயந்திரத்தை முழுத்திறனில் இயக்க விட்டுச் சோதித்ததில் முழு திருப்தி. மேலாளரை அழைத்துத் தகவலைச் சொல்லிவிட்டுக் கிளம்பலாம் என்று அலைபேசியில் எடுத்தால் சிக்னல் சுத்தமாக இல்லை. பிறகு சிறிது தூரம் நடந்து அலைபேசியைத் தூக்கிப்பிடித்துப்பார்க்கும்போது ஒற்றைக் கோடு வந்தது. அவசரமாய் மேலாளரை அழைத்து வேலை முடிந்த விஷயத்தைச் சொல்லிவிட்டு வைக்கும்போது பேட்டரி ஒரு சதவீதத்தில் இருந்தது. இன்னும் ஒரு அழைப்புத் தாங்கும் என்று நினைத்தவனாய் மனைவிக்கு அழைத்தான். பதிலில்லை. மீண்டும் முயன்றான். அப்போதும் பதிலில்லை.

சரி, உடனிருக்கும் அக்காவை அழைக்கலாமென அவர் எண்ணுக்கு அடித்தான். நீண்ட காத்திருத்தலுக்குப் பிறகு, “எவ்ளோ நேரமாப்பா உன் நம்பருக்கு ட்ரை பண்றது. அவள இப்போதான் ஆப்பரேஷன் தியேட்டருக்குக் கூட்டிட்டுப் போறாங்க. அதுக்கு முன்னாடி அவ உன்கிட்ட ஒரு வார்த்தை பேசணும்னு முயற்சி செஞ்சுட்டே இருந்தா... உன் ஃபோன் நாட் ரீச்சபிளாவே இருந்தது...” என்று சொல்லிக்கொண் டிருக்கும்போதே அவனது அலைபேசி உயிரைவிட்டுவிட்டது.

சில தருணங்கள் அப்படித்தான் அமைந்துவிடுகின்றன. எழுதிவைத்து நிகழ்ச்சிநிரல்படி நடக்குற விஷயமெல்லாம் வாழ்க்கையில் எதிர்பார்க்க முடியுமா என்ன? பெற்று வளர்த்த அம்மா அப்பாவை விட்டுவிட்டு எந்த நம்பிக்கையில் தன்னோடு வந்தாளோ அதனை இன்றளவும் இம்மிப் பிசகாது காப்பாற்றி வருவதாகத்தான் நம்புகிறான். இருந்தும் இப்படி ஒரு சூழ்நிலை இன்று அமைந்துவிட்டது. தான் உடலளவில் அவள் அருகில் இல்லாவிட்டாலும்கூட தனது நினைவு முழுதும் அவளைச் சுற்றிக்கொண்டிருப்பதை அவளும் இந்நேரம் உணர்ந்துதான் இருப்பாள் என முழுதாக நம்பினான. அத்தகைய புரிதல் இல்லாமல் என்ன தாம்பத்யம்? முன்னும் பின்னுமாக நினைவுகள் முந்தியடிக்க ஸ்தம்பித்தபடியே சிறிது நேரம் அசைவற்று நின்றான்.

பின் சுதாரித்துக்கொண்டவன்... சரி, அறுவை சிகிச்சை முடிய எப்படியும் ஒருமணி நேரம் ஆகும். அதற்குள் நகர எல்லையை அடைந்துவிட்டால், அங்கிருந்து தொலைபேசி செய்து தகவலைத் தெரிந்துகொள்ளலாம். அதற்கு முன் இங்கிருந்து உடனே கிளம்பு, உடனே கிளம்பு என அவன் மூளை பரபரக்கத் தொடங்கியது. நெடுஞ்சாலையில் விரைந்து

கொண்டிருந்த கனரக வாகனங்களுக்குச் சைகை காட்டி நிறுத்த முயன்றான். நான்கைந்து வண்டிகள் நிற்காமல் செல்ல, பின் வந்து நின்ற லாரி ஒன்றில் தொற்றிக்கொண்டான். நகரத்திற்குள் சென்றதும் அங்கிருந்து ஏதேனும் வாடகை ஊர்தியோ அல்லது லிஃப்டோ கேட்டு அரைமணி நேரத்தில் இரயில் நிலையத்தை அடைந்துவிட்டால் எப்படியும் நள்ளிரவு பன்னிரண்டு மணி இரயிலைப் பிடித்துவிடலாம்; அப்படியானால் நாளை இரவுக்குள் ஊருக்குச் சென்று மனைவியையும் பிள்ளையையும் பார்த்துவிடலாம்; நினைத்துக்கொண்டே வந்தவனுக்குக் கண்களில் இருந்து நீர் தாரைதாரையாய் வழிந்துகொண்டிருந்து. "மகன் நல்லபடியாகப் பிறக்கட்டும். மகன் நல்லபடியாகப் பிறக்கட்டும்" என்ற பிரார்த்தனை வலுத்துக்கொண்டே வந்தது.

அட்மின்

இரவிலிருந்தே அவளுக்குத் தூக்கம் பிடிபடவில்லை. படுக்கையில் புரண்டு புரண்டு படுத்துக்கொண்டே இருந்தாள். செல்ஃபோனை எடுத்து ஃபேஸ்புக் பார்க்கும் ஆர்வத்தைச் சிரமத்துடன் கட்டுப்படுத்திக்கொண்டாள். நடுநிசி இரண்டு மணியை நெருங்க, தன்னையும் அறியாமல் கண்ணயர்ந்தாள். திடீரென விழிப்புத் தட்டி நேரத்தைப் பார்த்தபோது மணி 4:54 காட்டியது. வழக்கமாக ஏழு மணி அலாரம் அடித்த பிறகும் 'ஸ்நூஸ்' போட்டுப் போட்டு ஏழரை மணிக்குமேல் எழுந்து அரக்கப்பரக்கக் கிளம்பி மெஸ்ஸுக்கு வந்தால் சட்டியைச் சுரண்டி வைத்திருக்கும் கடைசி உப்புமாவோ நீர்விட்டுப் போய்க் குழைந்திருக்கும் இட்லியோ கிடைக்கும். அதை அவசரமாக அள்ளி வாயில்போட்டுக் கொண்டு அண்டர்கிரவுண்டு பார்க்கிங்கிற்கு வந்தால் இரவுப் பணி முடிந்து வந்திருக்கும் தடிச்சிகள் இரண்டாம் வரிசை முழுக்கப் பாதையை மறைத்து வண்டிகளை நிறுத்திவைத்திருப்பாள்கள். செக்யூரிட்டி தாத்தாவிடம் கெஞ்சிக் கூத்தாடி வண்டிகளை நகர்த்திவைத்து, உள் வரிசையில் இருக்கும் தனது ஸ்கூட்டியை எடுப்பதற்குள் ளாகவே லேசாகப் பசியெடுக்க ஆரம்பித்திருக்கும். வண்டியைக் கிளப்பிக்கொண்டு பதினேழு சிக்னல்கள் தாண்டி அலுவலகத்தை அடைந்ததும் முதலில் ஃபுட்கோர்ட் தான் நினைவில் வரும். லிஃப்ட்டில் ஆறுமாடி ஏறி ஃபுட்கோர்ட்டில் எதை யாவது வாங்கி வயிற்றில் போட்டால்தான் கைநடுக்கம் குறையும்.

இன்று அதிகாலை ஐந்துமணிக்குமேல் படுக்கையில் இருக்க முடியவில்லை. உடலும் மனமும் விழித்துக்கொள்ள, உற்சாகமாக எழுந்தவள் கண்ணாடி முன்நின்று தனக்குத் தானே "ஹேப்பி பர்த்டே ஹனி!" என்று சொல்லிக்கொண்டாள். முகத்தில் தானாகப் புன்னகை பூத்திருந்தது. ஹாஸ்டலில் அவளது அறை இரண்டாம் தளத்தின் கடைசியில் இருந்தது. பக்கவாட்டு ஜன்னலைத் திறந்தால், சாலையின் போக்குவரத்தைக் காணலாம். அலுவலகம் விட்டு மாலையில் நேரங்கழித்து வந்தவுடன் சாப்பிட்டுவிட்டுப் படுப்பதற்குத்தான் நேரம் சரியாக இருக்கும். மறுநாள் காலை எழுந்தவுடன் குளித்துக் கிளம்பும் அவசரத்தில் ஜன்னலைத் திறந்து வேடிக்கை பார்க்க ஒருநாளும் நேரம் இருப்பதில்லை. அதுபோக அந்த ஜன்னலைத் திறந்து வைத்தால் பின் தெருவிலுள்ள வீட்டிலிருந்து பார்ப்பவர்களுக்கு இங்கு நடப்பதையெல்லாம் பாப்பதுபோல அவளுக்குத் தோன்றும். எனவே எவ்வளவு கோடையிலும் அந்த ஜன்னலைப் பூட்டியபடியே வைத்திருந்தாள். இன்று ஏனோ அந்த ஜன்னலைத் திறந்து அதிகாலைக் காற்றைச் சுவாசிக்க வேண்டும் போலத் தோன்றியது. ஜன்னல் திண்டில் இருந்த எண்ணெய் பாட்டில், பவுடர் டப்பா, டியோஸ்ப்ரே, முகப்பூச்சுக் கிரீம்கள் எல்லாவற்றையும் நகர்த்திவைத்துவிட்டு, ஜன்னலைத் திறக்க முயன்றாள். பலநாட்கள் திறக்காமல் இருந்ததால் அது இறுகிப்போயிருந்தது. கொஞ்சம்பலம்கொண்டு கம்பிகளின் ஊடாக இரண்டு உள்ளங்கைகளையும் வைத்துத் தள்ளினாள். ஜன்னல் படாரெனத் திறக்க, ஜன்னலுக்கு அந்தப்பக்கத் திண்டில் புறாவோ வேறு பறவையோ கூடு கட்டியிருந்திருக்கும் போல. சுள்ளிகள் முறியும் சத்தமும் பறவைகள் இறக்கையடித்துப் பறக்கும் சத்தமும் கேட்டன. அவள் திடுக்கிட்டு விட்டாள். ஜன்னலின் அந்தப் பக்கம் அவ்வப்போது பறவைகளின் சத்தத்தைக் கேட்டிருக்கிறாளே ஒழிய அவை அங்கே கூடுகட்டியிருக்கும் என்று அவள் எதிர்பார்க்கவில்லை. அலமாரியிலிருந்து டார்ச்சை எடுத்து அடித்துப் பார்த்தவளுக்கு அங்கே இருந்த பறவை எச்சமும் மரச் சுள்ளிகளால் ஆன கூடு இருந்த தடயமும் இன்னும் அச்சத்தை அதிகரித்தன. ஜன்னல் வழியாகக் கீழே எட்டிப் பார்த்தாள். ஒன்றும் தெரியவில்லை. நைட்டியை மாற்றி, சுடிதாரை அணிந்துகொண்டு வேகமாக அறையிலிருந்து படிவழியாகக் கீழே இறங்கி வந்தாள்.

அவள் தங்கியிருந்த அறைக்கு நேரே கீழே, பார்க்கிங் ஸ்டாண்டை ஒட்டிய சந்தினுள் சென்று பார்க்க வேண்டும் என்று நினைத்தவள், படபடப்போடு செக்யூரிட்டி ரூம் கதவைத் தட்டினாள். "தாத்தா, மேல ரூம்ல இருந்து கை தவறுதலா வாட்ச்

கீழே விழுந்துட்டுது. கொஞ்சம் அந்தப் பக்கம் வந்து தேடுறதுக்கு உதவி பண்றீங்களா?" என்றாள். அவர் உடன்வர, வேகமாகச் சந்துப் பக்கமாக ஓட்டமும் நடையுமாகச் சென்றாள். அறை ஜன்னலுக்குக் கீழே இருந்த இடத்தைச் சுற்றி டார்ச் அடித்தபடி அவர் வாட்ச்சைத் தேடினார். அவள் டார்ச் லைட்டை வாங்கி வாட்ச்சைத் தேடுபவளைப்போல பறவைக் குஞ்சுகள் எதுவும் கிடக்கின்றனவா அல்லது முட்டைகள் எதுவும் உடைந்து சிதறிக்கிடக்கின்றனவா என்று நடுங்கும் கைகளோடும் கூசும் கண்களோடும் சுற்றும் முற்றும் பார்த்தாள். அங்கே காய்ந்து போன சுள்ளிகளாலான ஒரு வெற்றுக்கூடு மட்டுமே சிதைந்து கிடந்தது. கொஞ்ச நேரம் சுற்றிச் சுற்றிப் பார்த்தவள் லேசாகப் பெருமூச்சு விட்டவளாக, "வாட்சைக் காணோம் தாத்தா. போனா போகட்டும் விடுங்க" என்று சொல்லிவிட்டுப் படியேறினாள்.

எழுந்திருக்கும் போதிருந்த உற்சாகம் சுத்தமாகப் போயிருந்தது. கீழே விழுந்து சிதைந்த கூட்டில் முட்டைகளோ குஞ்சுகளோ எதுவும் இல்லையென்று தனக்குள் சமாதானம் செய்துகொண்டாலும், மனத்தில் இருந்த பதற்றம் இன்னும் குறையவில்லை. அறைக்குள் இருந்த பாத்ரூமில் குளித்து உடை மாற்றி அலுவலகத்துக்குக் கிளம்பி அறையைப் பூட்டியபடி வெளியேறும்போதுகூட கைகள் லேசாக நடுங்கியதை உணர்ந்தாள். கீழே மெஸ்ஸில் அப்போதுதான் சமையல் வேலையைத் தொடங்கியிருந்தார்கள். காத்திருக்கலாமா அல்லது வெளியே ஏதேனும் ஹோட்டலில் சாப்பிடலாமா என்று இரண்டு நொடி கண்மூடி யோசித்தாள். சாப்பிடும் மனநிலை இல்லை. சரி, அலுவலகம் சென்று பார்த்துக்கொள்ளலாம் என்று அண்டர்கிரவுண்ட் பார்க்கிங்கிற்கு வந்தாள். வாட்ச்மேன் தாத்தா, "விடிஞ்சப்பொறவும் சந்துல நல்லா தேடிட்டேன்மா வாட்ச் எதுவும் காங்கலியே!" என்றார். "பரவால்ல தாத்தா விடுங்க!" என்று மட்டும் கூறிவிட்டு ஸ்கூட்டியை எடுக்க வந்தாள். இரண்டாம் வரிசை முழுக்கக் காலியாயிருக்க வண்டியை எளிதாக எடுத்துக்கொண்டு அலுவலகத்துக்குக் கிளம்பினாள்.

சாலை போக்குவரத்து நெரிசலின்றி விசாலமாக இருந்தது. இருபுறங்களிலும் கடைகள் எதுவும் திறக்கப்படவில்லை. சாலையில் அவளது கவனம் முழுமையாக இல்லை. மெதுவாக வண்டியை ஓட்டியபடியே சென்றாள். உற்சாக மனநிலையும் பதற்றமும் மாறிமாறித் தோன்றியபடியே இருந்தன. மனத்தில் "ஹேப்பி பர்த்டே ஹனி" என்று சரம்சரமாய்த் தொங்கிக் கொண்டிருக்க, அதனூடாக ஜன்னலைத் திறந்தபோது பறவைகள் படபடத்துப் பறந்த சத்தம் அவளை அலக்கழித்த படியே இருந்தது. ஜன்னலைத் திறந்துவைத்தபடி அறையைப்

பூட்டிவிட்டு வந்துவிட்டோமே என்ற நினைவும் தோன்ற அந்தக் கலக்கமும் சேர்ந்துகொண்டது. குழப்பத்துடனே வண்டியோட்டி வந்தவள் பிரதான சாலையில் இருந்து அலுவலகம் இருக்கும் சாலைக்குத் திரும்ப வலதுபுறம் சிக்னலுக்காகக் காத்திருந்தாள். தானியங்கி சிக்னல் 60 விநாடிகளில் இருந்து ஒன்றொன்றாகக் குறைந்துகொண்டே வந்தது. அவள் அலுவலகம் இருக்கும் சாலையை ஒட்டிய பிரதான சாலையின் நான்கு முனைச் சந்திப்பின் இடதுபக்க ஓரத்தில் பிரபல நடிகை ஹம்சினியின் நூறு அடி கட்–அவுட் பிரமாண்டமாக ஜொலித்தது. அடுத்த வாரம் வெளிவரவிருக்கும் புதுப்படத்தில் ஹம்ஷினியின் பிரத்யேக ஸ்டில் ஒன்றுதான் கட்–அவுட்டாக வைக்கப்பட்டிருந்தது. இளஞ்சிவப்புநிறப் பட்டுப்புடவையில் கைகளில் குத்துவிளக்கேந்தியபடி ஹம்ஷினி ரசிகர்களை நோக்கிக் கண்ணடித்து நிற்கும் ஸ்டில் அது. அறுபது அடி உயரத்தில் இருந்த அந்தக் கட்–அவுட்டை அண்ணாந்து பார்க்கையில் அவளுக்குக் கொஞ்சம் கூச்சமாக இருந்தது. தன்னையும் அறியாமல் லேசாகப் புன்னகைக்க அவள் முகம் சிவந்தது. நேற்று மாலை அலுவலகம் விட்டுவரும்போது அந்த கட்–அவுட் இல்லை. இரவில்தான் வைத்திருக்கிறார்கள்போல என்று நினைத்தவள், அதை செல்ஃபோனில் புகைப்படம் எடுக்க வேண்டுமென்று விரும்பினாள். சிக்னல் பத்துக்கும் கீழே வந்துவிட்டதை உணர்ந்தவள் புகைப்படம் எடுக்கும் எண்ணத்தைவிட்டுவிட்டு வண்டியைக் கிளப்பினாள். தனது அலுவலக ஃபுட்கோர்ட் வராந்தாவில் இருந்து அந்த கட்–அவுட்டை நிதானமாகப் பார்க்க வேண்டும் என்று நினைத்துக் கொண்டாள்.

அலுவலகம் நுழைந்தவுடன் டூவீலர் ஸ்டாண்டிலேயே அவள் ப்ராஜக்டில் உடன் பணிபுரிபவன் வழிமறித்தான். “என்ன இன்னிக்கு ஸ்பெஷல் டேன்னு சீக்கிரம் வந்துட்டியாக்கும்!” என்று கண் சிமிட்டினான். நேற்றே ப்ராஜெக்ட் மேனேஜர் இவர்களின் குழுவை அழைத்து சிறு ஆலோசனை நடத்தியிருந்தார். பிறந்தநாளை ஒட்டி இன்று ஏகப்பட்ட சிறப்பு நிகழ்வுகள் நடக்கும் என்று அவள் யூகித்திருந்தாள். மனத்திற்குள் அவளையும் அறியாமல் பட்டாம்பூச்சிகள் பறக்கத் தொடங்கின. ஃபுட்கோர்ட்டிற்குச் செல்லத் தோன்றவில்லை. நேராகக் கேபினுக்குள் சென்று அமர்ந்தவள் பலமாக மூச்சை இழுத்துவிட்டாள். திம்மென்றிருந்த நெஞ்சுபாரம் கொஞ்சம் குறைந்ததுபோலத் தோன்றியது. நேரத்தைப் பார்த்தாள். மணி எட்டு முப்பது ஆகியிருந்தது. ஒன்பதுமணிக்குமேல்தான் ஃபேஸ்புக்கையும் டிவிட்டரையும் இன்ஸ்டாகிராமையும்

திறந்து பிறந்தநாள் வாழ்த்துக்களுக்குப் பதிலளிக்க வேண்டும். வாழ்த்துச் செய்திகளைப் பார்க்க இப்போதே மனம் பரபரத்தது. இல்லை, இன்னும் அரைமணி நேரம் பொறுத்துத் தான் ஆக வேண்டும் என்று நினைத்தவள் மேசையின் மேல் நிரப்பிவைக்கப்பட்டிருந்த தண்ணீர் பாட்டிலில் இருந்து ஒரு மடக்கு குடித்துக்கொண்டாள்.

எட்டு ஐம்பத்து ஐந்திற்கு அவளது செல்ஃபோனிற்கு ஒரு குறுஞ்செய்தி வந்தது. “ஜஸ்ட் நவ் லேண்டட். யூ கேன் ப்ரொசீட்!” என்ற வாசகத்தைப் பார்த்தவள் செல்லிலேயே ஃபேஸ்புக்கில் லாகின் செய்தாள். நோட்டிஃபிகேஷன்ஸ் மலை போல் குவிந்திருந்தன. உண்மையில் ஃபேஸ்புக், டிவிட்டர், இன்ஸ்டாகிராம் எல்லாம் சேர்த்து இலட்சக்கணக்கில் வாழ்த்துச் செய்திகள் வந்திருந்தன. ஒவ்வொன்றாகப் பார்த்துக் கொண்டிருந்தால், நாள் கணக்காகிவிடும். செல்ஃபோன் வேலைக்காகாது என்று நினைத்தவள் அதைவிட்டு டெஸ்க்டாப் கணினியில் இருந்து லாகின் ஆனாள். தேவதை, செல்லக்குட்டி, அம்முக்குட்டி, புஜ்ஜிக்குட்டி என்று தொடங்கி விதவிதமான வர்ணனைகளில் பிறந்தநாள் வாழ்த்துச் செய்திகள் கொட்டிக் கிடந்தன. அவளால் அனைத்துச் செய்திகளையும் பார்க்கவோ பதிலளிக்கவோ முடியாமல் திக்குமுக்காடிப் போனாள். கண்ணில்படும் வித்தியாசமான சில வாழ்த்துகளுக்கு மட்டுமே இதய சிம்பல் பதில் கொடுத்தவளாய் மேலோட்டமாகப் பார்வையிட்டபடி இருந்தாள்.

சுமார் ஒருமணி நேரத்திற்கும் மேலாக இதே வேலையில் மூழ்கியிருந்தவள் ப்ராஜெக்ட் மேனேஜர் அழைப்பதாகச் செய்தி வந்ததும் தான் தயாரித்துவைத்திருந்த கன்சாலிடேட்டட் ரிப்போர்ட்டை எடுத்துக்கொண்டு முகம் முழுதும் பூரிப்பாக அவர் அறைக்குள் சென்றாள். “என்னம்மா பர்த்டே எப்படி போகுது?” உள்ளே நுழைந்ததும் சம்பிரதாய மாகக் கேட்டார் அவர். அவள், “நல்லா போய்ட்டு இருக்கு சார்” என்று சிரித்தபடியே சமூக வலைதளங்களின் கன்சாலிடேட்டட் ரிப்போர்ட்டை அவர் முன் நீட்டினாள். அவர் அதைப் பொருட்படுத்தாமல், “மயிரப் போயிட்டு இருக்கு. இன்னிக்கு இண்டஸ்ட்ரீல லீடு ஆக்ட்ரஸ் ஹம்ஷினி. காலைல நிலைமைக்கு அவளோட பிறந்தநாள் ஹேஷ்டேக் இந்தியா ட்ரெண்டிங்ல வந்திருக்க வேண்டாமா? அவளோட காம்படீட்டர் நடிகையோட நாய்க்குட்டி பேருள்ள ஹேஷ்டேக் இந்தியா ட்ரெண்டிங்ல இரண்டாம் இடத்துல இருக்கு. நீங்கள்லாம் என்ன புடுங்குறதுக்கா சம்பளம் வாங்குறீங்க?

இப்படி வேலை பார்த்தா ரோட்ல பிச்சை எடுக்கப் போகவேண்டியதுதான்".

அவர் எதற்காகக் கத்துகிறார் என்று புரிந்துகொள்ளவே அவளுக்குச் சில நிமிடங்கள் ஆகின. அவர் தொடர்ந்து உரத்த குரலில் சத்தம்போட்டபடியே இருந்தார். பிறகு சுதாரித்தவள் தயங்கியபடியே, "சார் நான் அவங்க அக்கவுண்ட்ல அப்டேட்ஸ் ரிப்ளை பண்றது மட்டும்தான் பார்க்குறேன். பாட்ஸ் ஏத்துறது இன்னொருத்தர் பார்க்குறார் சார்" என்றாள். அதற்கு அவரது கத்தல் சத்தம் இன்னும் அதிகமாகியது. "எல்லாம் ஒரு டீம் தானே. எல்லா மயிருக்கும் தனித்தனியா சொல்லணுமாக்கும் என்ன செய்வீங்களோ தெரியாது. இன்னும் அரைமணிநேரத்துல அவளோட பிறந்தநாள் வாழ்த்து இந்தியா ட்ரெண்டிங்க்ல முதல்ல வரணும். போய்த் தொலைங்க!" என்று தலையில் கைவைத்தபடி அமர்ந்தார்.

அவளுக்குக் கண்ணீர் முட்டிக்கொண்டு வந்துவிட்டது. அதனைத் துடைத்தபடியே கேபினுக்கு வந்தாள். பக்கத்து கேபினில் இருந்தவன் கணினியை வெறித்துப் பார்த்தபடி அமர்ந்திருந்தான். அவள் எழுந்து மெதுவாக அவனை அழைத்தாள். அவன் முகத்தைப் பார்த்ததுமே தெரிந்து விட்டது, அவனும் டோஸ் வாங்கியிருக்கிறான் என்று. அவள் ப்ராஜக்ட் மேனேஜர் இந்தியா டிரெண்டிங் பற்றிச் சொன்னதைக் கூற வாயெடுக்கும் முன்னரே, அவன் அனைத்தையும் ஒப்புவித்துவிட்டான். என்ன பாட்ஸ் போட்டுக் கணக்கை ஏற்றினாலும் ஒரு அளவுக்கு மேல் அந்த வேலை செல்லுபடியாகவில்லை. என்ன செய்வதென்று அவனுக்கும் ஒன்றும் புரியவில்லை. அவன் எவ்வளவு முயற்சி செய்தும் ப்ராஜெக்ட் மேனேஜர் கொடுத்த அரைமணி நேரக்கெடு முடிந்த பின்னும் நிலைமையில் முன்னேற்றமில்லை.

அவர்கள் குழுவின் தலைவர் உட்பட குழுவில் இருந்த மொத்த ஐந்துபேரும், அவள் கேபினைச் சுற்றி நின்றுகொண்டிருந்தனர். யாருக்கும் என்ன செய்வதென்று தெரியவில்லை. இன்று மார்கெட்டில் உச்சத்தில் இருக்கும் நடிகை ஹம்ஷினியின் சமூக வலைதளக் கணக்குகளை 'ப்ராஜக்ட் ஹனி' என்ற பெயரில் அவர்களின் குழுதான் நிர்வகித்து வருகிறது. அந்த நடிகை இடுவதுபோல அன்றாடம் பதிவுகள் போடுவதிலிருந்து எந்தெந்தப் பிரபலங்களின் பதிவுகளுக்கு விருப்பக்குறி போட வேண்டும் எந்தெந்த விஷயங்களைப் பகிர வேண்டும், என்னென்ன புகைப்படங்கள் வீடியோக்களை வலையேற்ற வேண்டும், எந்தமாதிரியான செய்திகளுக்குக் கருத்துச் சொல்ல

வேண்டும் என்பதுவரை விலாவாரியான அட்டவணைப்படிச் செயல்படுவதற்கு நடிகை ஹம்ஷினி சார்பில் மாதத்திற்கு இவ்வளவு என்று இவர்களின் நிறுவனத்திற்குப் பணம் செலுத்தப் படுகின்றது. சமூக வலைதளங்களின் போக்கை ஆராய்ந்து திட்டம் வகுத்து நடிகை ஹம்ஷினி எப்போதும் இணையத்தில் தொடர் கவனத்தில் இருப்பது போன்று செயல்படுத்த பிரத்யேகமான திட்டமிடும் குழு இவர்கள் நிறுவனத்தில் இருக்கிறது. அவர்கள் கொடுக்கும் உள்ளீட்டுத் தரவுகளைக் கொண்டு இவர்களின் குழு நடிகையின் சமூக வலைதளக் கணக்கைப் பராமரிக்க வேண்டும். அதில்தான் இன்று பிசகு ஏற்பட்டுவிட்டது. அடுத்த வாரம் ஒரு புதுமுக நடிகரோடு ஹம்ஷினி நடிக்கும் படம் வெளியாக இருக்கும் நிலையில் அவளது பிறந்தநாள் கொண்டாட்டங்கள் பெரிய அளவில் வைரல் ஆக வேண்டும் என்று ஹம்ஷினியின் பி.ஆர்.ஓ. ஏற்கனவே அந்நிறுவனத்திடம் தெரிவித்திருந்தார். இப்போது சமூக வலைதளங்களில் ஹம்ஷினியின் மார்க்கெட் குறைந்து விட்டது போன்ற பிம்பம் வெளியில் தெரிந்தால் படத்தின் ஆரவாரமான வரவேற்பு கணிசமாகக் குறையும் என்ற கவலை அவர்களுக்கு.

நடிகை ஹம்ஷினியின் பிறந்த நாள் கொண்டாட்டங்கள் இந்திய அளவில்கூட டிரண்ட் ஆகவில்லை என்று ஏற்கனவே யூடியூப் சேனல்கள் சிலவற்றில் செய்திகள் வர ஆரம்பித்து விட்டன. அதனைத் தடுக்கவும், நடிகை ஹம்ஷினியின் பிறந்த நாள் தொடர்பான செய்திகளை வைரலாக்கவும் நடிகையின் பி. ஆர். ஓ. தரப்பிலிருந்தும் புதிய படத்தின் தயாரிப்பாளரிட மிருந்தும், இவர்கள் நிர்வாகத்திற்குப் பயங்கர அழுத்தம் வந்துகொண்டிருந்தது. உடனடியாக ப்ராஜெக்ட் மேனேஜர் ப்ராஜெக்ட் ஹனியில் ஈடுபட்டிருக்கும் அனைவரையும் அவசரக் கூட்டத்திற்கு அழைத்தார். அனைவரும் பதற்றத் துடனேயே அவர் அறைக்குச் சென்றனர். அவரது முகம் இருண்டிருந்தது. ஆனால் முன்புபோல ஆக்ரோஷமாக இல்லாமல், மெதுவாகவே பேச ஆரம்பித்தார். “இந்தப் பிரச்சினையைச் சரி செய்ய வேறு ஏதாவது இம்மீடியட் சொல்யூஷன் இருக்கா?” என்றார். இவர்களின் குழுத் தலைவர் தயங்கியபடியே, “பாட்ஸ் வேலைக்கு ஆகல சார். மேடம் பர்த்டே செலிப்ரேட் பண்ற வீடியோஸ் ஏதாவது இருந்தா, அதை அப்லோடு பண்ணி வைரல் ஆக்க முயற்சிக்கலாம்” என்றார். “இல்ல, அவுங்க யூ. எஸ். ல ஷூட்டிங் முடிச்சுட்டு இன்னிக்குக் காலை ஒன்பது மணிக்குத்தான் இந்தியால லேண்ட் ஆகியிருக்காங்க. ஈவ்னிங்தான் புதுப்பட ஹீரோ

வோட சேர்ந்து ஒரு பார்ட்டி இருக்கு. அதுவரை நாம கையைக் கட்டிட்டு சும்மா உட்கார்ந்து இருக்க முடியாது. அவங்க பி. ஆர்.ஓ. என் தலை மேல உட்கார்ந்துட்டு என் மூளையைத் தின்னுட்டு இருக்கான்" என்றவர், சிறிது நேர யோசனைக்குப் பின், "நீதானேம்மா. ஹம்ஷினியோட அப்டேஸ் செக்ஷன் பாக்குற. நீ மட்டும் இரு. மத்த எல்லாரும் போகலாம்" என்று அவளை மட்டும் இருக்கச் சொன்னார்.

நேற்றிரவிலிருந்து தனக்குத்தான் பிறந்தநாள் என்பது போல உற்சாக மனநிலையில் இருந்தவளுக்குக் காலையிலிருந்தே சோதனையாக வந்துகொண்டிருந்தது. நடிகை ஹம்ஷினி புதுமுக நடிகையாக அறிமுகமானதிலிருந்து அவளது வலைதளக்கணக்கை இவர்கள் நிறுவனம் சார்பில் இவள்தான் நிர்வகித்து வருகிறாள். ஒவ்வொரு நிலையிலும் ஹம்ஷினியின் வளர்ச்சி, அவளது நடிப்புக்குக் கிடைத்த பாராட்டுகள், அவளது புகைப்படங்களை வலையேற்றுதல், அவற்றிற்கு ரசிகர்களிடமிருந்து வரும் வாழ்த்துகள், காதல் சொட்டச் சொட்ட வரும் மின்னஞ்சல்கள் எல்லாவற்றிற்கும் தகுந்த பதில்களை அளிக்கும் பொறுப்பு அவளுடையது. நடிகை ஹம்ஷினி தானே பதிவிடுவதுபோல மிடுக்காகவும் அதே சமயம் ரசிகர்களைக் குளிர்விக்கும் வண்ணம் காதலுடனும் இருக்க வேண்டும். இரண்டு வருடங்களாக அதே பணியில் இருப்பவள் நாளடைவில் தன்னையே நடிகை ஹம்ஷினியாக மனத்தளவில் நினைக்கத்தொடங்கிவிட்டாள். ஹம்ஷினியின் அழகை வர்ணித்தும் நடிப்பைப் போற்றியும் நடனத்தை வியந்தும் வரும் ரசிகர்களின் பாராட்டுகள் எல்லாம் தனக்கே வருவதாக அவள் சிலிர்த்துப் போவாள். அதை யாரிடமும் வெளியே சொல்ல முடியாவிட்டாலும் தனிமையில் ஹாஸ்டல் அறையில் இருக்கும் போதும் தன் கேபினுள் அமர்ந்திருக்கும்போதும் தன்னையே ஹம்ஷினியாக நினைத்துக்கொண்டிருந்தாள். இன்று தன்னுடைய பிறந்தநாளாக எண்ணி உற்சாகத்தோடு எழுந்தவள் இப்போது பிராஜக்ட் மேனேஜர் முன் வாடிப்போய் அமர்ந்திருந்தாள்.

"இங்க பாரும்மா ஹம்ஷினியோட பி.ஆர்.ஓ. ஒரு வீடியோ அனுப்பியிருக்கான். அதை உனக்கு ஃபார்வேர்ட் பண்றேன். அதை அவுங்க ஃபேஸ்புக் அக்கவுண்ட்ல இருந்து உடனே அப்லோட் பண்ணிடு. அதன் பிறகு நீ அவங்க அக்கவுண்ட் எதையும் ஓபன் பண்ணிப் பார்க்க வேண்டாம். சரியா, சாயங்காலம் நாலு மணிக்கு ஃபேஸ்புக், இன்ஸ்டா, ட்விட்டர் என அவங்களோட எல்லா அக்கவுண்ட்டையும் டீ–ஆக்டிவேட் பண்ணிடு. மறுபடி நாளை காலை அக்கவுண்ட்டை ரீ–ஆக்ட்டிவேட் செய்து அந்த வீடியோவை டெலிட் பண்ணிட்டு,

“சம்படி ஹேஸ் ஹேக்டு மை அக்கவுண்ட்”னு ஒரு மெஸேஜ் சபோடு. வேற எதற்கும் ரிப்ளை பண்ண வேண்டாம். அவ்வளவுதான். சரியா?”

அவர் பேசுவதைத் தலையாட்டியபடியே கேட்டுக் கொண்டிருந்தவள், “சரி சார்” என்றபடி எழுந்தாள்.

“ஒரு நிமிஷம்மா. இதுல எனக்கோ, நம்ம கம்பெனிக்கோ எந்த ரோலும் இல்ல. ஹம்ஷினியின் அப்ரூவலோட அவங்க பி.ஆர்.ஓ கொடுத்திருக்குற வீடியோ இது. வழக்கமா அவங்க கொடுக்குறதை நாம அப்லோடு பண்ற மாதிரிதான் இதையும் எடுத்துக்கணும். நம்ம ப்ளானிங் டீமும் கோ–அ–ஹெட் சொல்லிட்டாங்க. திஸ் இஸ் ஆல் க்ரிட்டிக்கல் பிசினஸ் ரிலேட்டட் இன்புட். ஓகேவா?”

அவர் கூறியதில் அவளுக்குப் பாதி புரியவில்லை. ஏதோ வைரல் மார்கெட்டிங் ஐடியாவாக இருக்கும்போல என்று யூகித்துக்கொண்டாள். நடிகை ஹம்ஷினி சம்பந்தமான நூற்றுக் கணக்கான வீடியோக்களை அவள் ஹம்ஷினியின் பெர்சனல் அக்கவுண்ட்டிலிருந்து வலையேற்றி இருக்கிறாள். பர்த்டே வீடியோவென்றால் ஏதாவது ஸ்பெஷலாத்தான் இருக்கும் என்று நினைத்தபடியே அவர் அறையைவிட்டு வெளியேறினாள். அவளுக்குக் கைகள் நடுங்க, மயக்கம் வருவதுபோலக் கண்ணைக் கட்டிக்கொண்டு வந்தது. அப்போதுதான் காலையி லிருந்து தான் எதுவும் சாப்பிடவில்லை என்று நினைவு வந்தது. ப்ராஜெக்ட் மேனேஜர் அறையும் ஃபுட்கோர்ட்டும் ஒரே தளத்தில்தான் இருந்தன. கீழே இரண்டாம் தளத்தில் உள்ள அவள் கேபின் வரை சென்றுவிட்டு, மீண்டும் மேலே வர வேண்டுமா என யோசித்தவள், சரி வீடியோவைப் பதிவேற்று முன் ஏதாவது சாப்பிட்டுவிட்டுச் செல்லலாம் என்று ஃபுட்கோர்ட்டை நோக்கி நடந்தாள். வெளி வராந்தாவில் நடந்த படி பார்க்கையில், பிரதான சாலைச் சந்திப்பில் இருந்த நடிகை ஹம்ஷினியின் நூறு அடி கட்–அவுட் சற்றுத் தூரத்தில் தெரிந்தது. வராந்தா சுவர் அருகே சென்று பார்க்கவும் கண்ணடித்துச் சிரிக்கும் ஹம்ஷினியின் முகம் மிகத்தெளிவாகத் தெரிந்தது. சில நொடிகள் அதைப் பார்த்தபடி நின்றுகொண் டிருந்தவளுக்குப் பிறந்தநாள் விசேஷமாக என்ன வீடியோ வந்திருக்கிறது என்ற ஆர்வம் தோன்றியது. அங்கிருந்தபடியே ப்ராஜக்ட் மேனேஜர் அனுப்பியிருந்த காணொளியைத் திறந்தாள்.

அதில் நடிகை ஹம்ஷினி புதுமுக நடிகனோடு முயங்கும் நிர்வாணக் காணொளியின் இரண்டு நிமிடக் காட்சிகள் இருந்தன. அதைக் காணும்போதே அவளது முகத்தில் குப்பென வியர்வை

அரும்ப உடல் முழுவதும் விடுவிடுவென நடுங்கியது. அவள் தனது அந்தரங்கமே காட்சிப்பொருளானது போலப் பதைபதைத் தாள். வராந்தா கைப்பிடிச் சுவரைப் பிடித்தபடிக் கீழே எட்டிப் பார்த்தாள். அவள் கையிலிருந்த செல்ஃபோனில் ஓடிக்கொண் டிருந்த அந்தக் காணொளி வெளியெங்கும் காட்சிகளாக விரிந்து கொண்டிருந்தது. ஏழாவது தளத்திலிருந்து தரைவரை சுழன்ற நீண்ட மாயச்சுழல் அவள் தலையைக் கிறுகிறுக்க வைத்தது. அந்த உயரத்திலிருந்து தரையில் சுக்குநூறாக உடைத்துச் சிதைக்க வேண்டியது நிர்வாணக் காணொளி ஓடும் அந்த செல்ஃபோனையா அல்லது ஹம்ஷினி என்னும் தன்னையா என்று அவள் ஒருநொடிகூட யோசிக்கவில்லை. கைப்பிடிச் சுவரைத் தாண்டிக் கீழே குதித்தாள்.

குருவிகள் திரும்பும் காலம்

வளர்மதியின் கனவில் அழியும் ஊரின் சாட்சியங்களாய் வெற்றுத் திண்ணையைக் காத்துக்கிடந்த முடமான வயசாளிகளும் வாழ்ந்து கெட்ட ஞாபகத்தின் பாரத்தைச் சுமந்தபடி எந்த வித எதிர்பார்ப்புகளின் தளிரும் துளிர்விடாதபடி யான கட்டாந்தரை மனத்தோடு நடைப்பிணமாய்த் திரியும் சம்சாரிகளும், அத்துவானக் காட்டிற்குள் மைல்கணக்கில் நடந்துபோய்த் தும்பிக்கை நீள அகப்பை போட்டு உச்சிப்பகல்வரை அடைகாத்துக் காற்குடம் நிறைந்த கலங்கிய நீரைப் பொக்கிஷ மாகப் பொதிந்துவரும் பெண்களும், கொடுக்காப்புளி ஞாபகத்தில் கருவேல நெற்றுகளைப் பறித்துத் தின்று அதன் கசப்பை அடிவயிற்றிலிருந்து குமட்டி ஓங்கரிக்கும் சவலைப்பிள்ளைகளும் என உயிர்ப்பின் நடமாட்டம் எதுவும் எஞ்சியிருக்காத அந்த ஊரின் சித்திரம் இரண்டு வாரங்களாய் அலக்கழித்தபடியே இருந்தது.

தலைப்பிள்ளையைப் பாதிக் கருவில் பறிகொடுத்த பிறகு மூன்று வருட போராட்டங் களுக்குப் பின் இப்போதுதான் அடுத்ததை வயிறு சரியத் தாங்கியிருந்தாள். தனக்கு நடுக்காட்டம் தந்த கெட்ட கனவுகளை விரட்டும் பொருட்டுக் கால்மாட்டில் போட்டு வைத்திருந்த விளக்குமாறு சர்ப்பமாகத் தோற்றம் கொண்டு அவள் காலை உரசியபடி இருந்தது. அதனை லேசாக விலக்கித் தள்ளிவிட்டவள் தூக்கமும்

பிடிக்காமல் திரும்பிப் படுக்கவும் முடியாமல் ஒருக்களித்தபடிச் சுண்ணாம்புக் காரை பொக்குவிட்டுப் பெயர்ந்துபோயிருந்த சுவரை மெல்லிய விளக்கொளியில் வெறித்துப் பார்த்தபடிப் படுத்திருந்தாள். அவளின் முதுகுக்குப் பின்னே குப்புறப் படுத்திருந்த தனசேகர் ஆழ்ந்த உறக்கத்தில் இருந்தான். நள்ளிரவைத் தாண்டி அதிகாலை வேளையில் தன்னையும் அறியாமல் அவளது கண்கள் செருகிய அடுத்த அரைநொடி பாழ்பட்ட எச்சங்களைச் சுமந்து திரியும் அந்த ஊர் கனவில் வருவதை அவளால் தவிர்க்க முடியவில்லை.

ஒரே கட்டடத்தின் பக்கவாட்டில் கீழே நான்கும் மேலே நான்குமாக இருந்த கூட்டு வீடுகளின் கீழ்த்தளத்தில் கடைசி வீட்டில் அவர்கள் வசித்தனர். பத்துக்குப் பன்னிரண்டில் ஒற்றைப் படுக்கையறை ஒரு ஆள் நின்று சமைக்கும் அளவிற்கான அடுப்படி, நான்கு பேர் உட்காரும் அளவுக்கான ஹால் என்று சிக்கன மாகக் கட்டப்பட்ட வீடு. அதில் தெருவைப் பார்த்திருக்கும் தலைவாசலை இந்த வாரம் கூட்டிப்பெருக்கிக் கோலமிட வேண்டிய முறை வளர்மதியுடையது. சரியாகத் தூங்காததால் எழும்போதே தலை வெடித்துவிடுவது போன்ற பெருத்த வலி எடுப்பது இந்த இரண்டு வாரங்களில் அவளுக்கு அன்றாட நிகழ்வாகியிருந்தது. தனசேகரை வேலைக்கு அனுப்பிவிட்டுக் காலை உணவுக்குப் பின் சற்று நேரம் உட்கார்ந்தபடியே கண்ணயர்ந்து இருந்தால் தலைவலி சரியாகிவிடும் என்று நினைத்தவளாய்த் தண்ணீர் வாளியையும் கோலப்பொடி டப்பாவையும் எடுத்துக்கொண்டு வாசலுக்கு வந்தாள். இரண்டு குடம் தண்ணீர் பிடிக்க ரோட்டுக் குழாயில் வரிசை போட்டு நான்கு மணி நேரம் காத்திருந்து அடித்து வர வேண்டி யிருக்கிறது. ஆனாலும் ஒருநாள் வாசல் தெளிக்காவிட்டாலும் ஓனரம்மா வேலை மெனக்கெட்டு வீட்டுக்குள் வந்து அரைமணி நேரம் வகுப்பெடுப்பாள். வளர்மதி திருமணம் முடிந்த கையோடு இந்த வீட்டில் குடியேறி நான்கு வருடங்களுக்கும் மேலாகி விட்டது. வீட்டுக்குள் தண்ணீர்க் குழாய் இல்லை. வாசலில் இருக்கும் குழாயில்தான் எட்டு வீட்டுக்காரர்களும் முறைவைத்து நல்ல தண்ணீர் பிடித்துக்கொள்ள வேண்டும். குடிப்பதற்கு நல்ல தண்ணீர் போக புழங்குவதற்கான உப்புத் தண்ணீரைத் தெருமுக்கில் இருக்கும் அடிக் குழாயிலிருந்து பிடித்துவர வேண்டும். தண்ணீர்ப் பற்றாக்குறை தவிர வேறு பெரிய குறைகள் இல்லாத சிறிய வீடு. அவர்கள் இருவருக்கும் அது போதுமான தாகவே இருந்தது. மற்ற வீடுகளிலும் என்ன வாழ்கிறது? இந்தக் கோடையில் நிலத்தடி நீர்மட்டம் அதல பாதாளத்துக்குப் போன பிறகு, தெருவில் இருக்கும் எல்லா வீடுகளிலும் மோட்டர் போட்டால் காற்றுதான் வருகிறது. வாரத்துக்கு இரண்டுநாள்

வரும் கார்ப்பரேஷன் நல்ல தண்ணீர் போக, புழக்கத்துக்கு எல்லோரும் தெருமுக்கில் இருக்கும் அடிக்குழாயைத்தான் நம்பியிருக்கிறார்கள்.

முன்வீட்டு அக்கா வளர்மதியின் முகம் வீங்கிப்போய் இருந்ததைப் பார்த்து, நன்றாகச் சிறுநீர் போவதற்கு பார்லித் தண்ணீர் வைத்துக் குடிக்கச் சொன்னாள். சரியென்று தலையாட்டிவிட்டு வாசலைப் பெருக்கிப் பேருக்கு நான்கு கை நீரள்ளித் தெளித்துவிட்டுக் குனிந்து கோலமிடுகையில் சுருக்கென இடுப்பு வலிப்பது போலிருந்தது. அதனைப் பொருட்படுத்தாமல் வேலையை முடித்து வீட்டிற்குள் வந்து தனசேகருக்கு மதியத்துக்குக் கட்டிக்கொடுத்துவிட வேண்டிய வற்றையும் காலைக்கானதையும் தனித்தனியாய்ச் சமைத்து எடுத்துவைத்துவிட்டு நிமிர்ந்தாள். தனசேகர் குளித்துமுடித்து வந்து சாப்பிட உட்காருகையில் வளர்மதி வழக்கத்தைவிட அதிகம் சோர்ந்துபோயிருப்பதைக் கவனித்தான். மருத்துவ மனைக்குச் செல்லலாமா என்றதற்கு வேண்டாமென்றவள் முந்தைய இரவு தனக்கு வந்த கனவினைக் கூறினாள். அதே போன்று சென்ற வாரம் முழுவதும் அவள் அந்த ஊர் பற்றிய துர்க்கனவுகளைச் சொன்னபோது உதாசீனப்படுத்தி எரிச்ச லடைந்தவன் இந்த முறை ஏதோ ஆழ்ந்த யோசனைக்குச் சென்றான். வெகுநேரமாய்த் தட்டு காலியாகாமல் இருந்ததைப் பார்த்தவள், அவனைச் சாப்பிட நினைவுபடுத்திவிட்டுத் தன் கனவின் தீவிரத்தன்மையை அவன் உணர்ந்ததை எண்ணிப் பெருமூச்சுவிட்டாள்.

வளர்மதியின் கனவில் வந்த அந்த ஊர் தனசேகரின் பூர்வீக ஊரான பெரியகுட்டம். அவனது பால்யத்தில் பஞ்சம் பிழைக்க ஊரைவிட்டு மதுரைக்கு வந்த அவன் பெற்றோர்கள், வந்த இடத்தில் வேரூன்றிவிட்டனர். அவனது சிறுவயதில் எப்போதேனும் முளைப்பாரித் திருவிழாவிற்குச் சென்றுவந்தது, அவனது பெற்றோர்கள் இறந்தபின் ஊருக்குச் செல்வது அடியோடு நின்றுவிட்டது. வானம் பார்த்த பூமியில் பசுமை மறைந்து கரட்டுக்காடாய் மாறிய ஊரிலிருந்து ஒவ்வொரு குடும்பமாய் அருகிலும் தூரத்திலுமாகப் புலம்பெயர்ந்தபின் ஊரே தரிசாகிப்போனது. அவன் மகிழ்வாயிருக்கும் அரிய தருணங்களில் அவன் தந்தை அவனுக்குச் சொன்ன ஊரோடு தன்னைப் பிணைத்திருக்கும் சில பால்யக் கதைகளை அவளிடம் உற்சாகம் பொங்கச் சொல்வான். அன்றாடங்களுக்குத் தன்னை ஒப்புக்கொடுத்துச் செக்கு மாட்டு வாழ்க்கையாய் நூற்பாலை யில் சுற்றிக்கொண்டிருப்பவனுக்குள் ஒளிந்திருக்கும் சிறுவன் எட்டிப் பார்க்கும் அத்தகைய தருணங்களை அவள் தவறவிட்டதே இல்லை.

இராமநாதபுரம் மாவட்டத்தில் இருக்கும் பெரியகுட்டம் கிராமத்தை வளர்மதி ஒருமுறைகூட நேரில் பார்த்ததில்லை. ஆனால் தனசேகர் சொன்ன கதைகள் மூலமாக ஒரு அழகிய சித்திரத்தை மனத்திற்குள் வரைந்து வைத்திருந்தாள். அதற்கு மாறாக முதல்முறை நாள் தள்ளிப்போய்த் தான் கருவுற்றிருப் பதாய் அவள் நம்பத் தொடங்கிய அன்று இரவு அந்த ஊரைப் பற்றிய மங்கலானதொரு கறுத்த சித்திரம் அவள் கனவில் வந்தது. அக்கனவின் தன்மை இன்னதென்று பிரித்தறிய முடியாமல் பதறிப்போய் வியர்த்து விறுவிறுத்து எழுந்து அமர்ந்தாள். பின் நான்காவது மாதத்தில் மீண்டும் அத்தகைய துர்க்கனவி னூடாகவே அடிவயிற்று வலியோடு பாவாடை முழுதும் உதிரம் கசிய கரு கலைந்து நழுவுவதை உணர்ந்தாள். அதன்பின் அத்தகைய கனவுகள் வராமல் இருந்தாலும்கூட ஒவ்வொரு மாதமும் பத்து நாட்கள், இருபது நாட்கள் தள்ளிப்போவதும் சோதித்துப் பார்க்கும்போது கர்ப்பமில்லை என்பதும் தொடர் கதையாகியது. பின் பிசிஓடிக்காக மாத்திரைகள் உட்கொள்ளத் தொடங்கியதும், ஒவ்வொரு மாதமும் சரியான நாளில் தீட்டானது. ஆனால் மாத்திரையின் விளைவா அவளின் மனப் பதற்றமா தெரியவில்லை. தீட்டாவதற்கு இரண்டு மூன்று நாட்களுக்கு முன்பாக வயிற்று வலியின் அறிகுறிகள் தெரியும் போதே எரிச்சலும் தூக்கமின்மையும் அவளை ஆட்டிப் படைக்கத் தொடங்கின. அப்படியும் பின்னிரவில் சோர்வினால் கண்ணயர்ந்ததும், அந்த ஊர் பற்றிய துர்க்கனவுகள் அவளைச் சூழந்துகொள்ளும். அந்த மனப்போராட்டத்திலிருந்து வெளிவரவும் முடியாமல் கிட்டத்தட்ட பைத்தியம் பிடித்தது போன்ற மனநிலையிலிருந்து தப்பிக்க எண்ணி ஒருமுறை டாக்டரிடம் கேட்டபோது பீரியட்ஸைச் சீராக்க மாத்திரை களின் பக்கவிளைவுகளாய் வரும் அத்தகைய வேதனைகளைக் கடந்துதான் ஆக வேண்டும் என்று ஒற்றைவரியில் முடித்துக் கொண்டார்.

ஒரு வருடம் மாத்திரை சாப்பிட்ட பின் டாக்டரின் அறிவுரைப்படி மாத்திரையை நிறுத்திய அடுத்த மாதமே மீண்டும் கரு உண்டானது. மாத்திரைகளின் பக்கவிளைவுகளில் இருந்து விடுதலை. அதோடு கரு உருவாகியிருந்தது என்ற மகிழ்ச்சியில் அவள் மனம் அமைதியடைந்தது. அதிலிருந்து கடந்த எட்டரை மாதங்களும் முகத்தெளிச்சியும்; அமைதியும் கூட. கெட்ட கனவுகளின் அறிகுறிகள் எதுவுமின்றி நிம்மதியாகத் தூங்கி எழுந்தாள். ஆனால் கடந்த இரண்டு வாரங்களாகப் பிரசவத்திற்கான நாள் நெருங்க நெருங்க மீண்டும் ஊர் பற்றிய கொடுங்கனவுகள் தினமும் வந்து அவள் தூக்கத்தையும் மனநிம்மதியையும் கெடுத்தன.

மாலை வேலை முடிந்து தனசேகர் வீட்டிற்கு வரும்போது, வளர்மதியின் நெற்றி நிறைய மஞ்சள் காப்பும் குங்குமமும் இருந்ததைப் பார்த்து, 'எங்கெயாவது கோவிலுக்குப் போய்ட்டு வந்தியா?' என்றான். 'சாயங்காலமா ஒனரம்மா வந்தாங்க. நான் சோர்ந்து போயிருக்கிறதைப் பார்த்து, என்ன ஏதுன்னு கேட்டாங்க. நான் கண்ட கனவப் பத்திச் சொன்னேன். குலதெய்வத்துக்கு ஏதாச்சும் குறையிருக்கும். அதான் பூர்வீக ஊரை அடையாளம் காட்டுதுன்னு சொன்னாங்க' என்றாள். அதைக் கவனித்தும் கவனியாதவன்போல காக்கிச் சட்டையைக் கழற்றிக் கொடியில் போட்டுவிட்டுக் கைலிக்கு மாறியபடி 'காபி போடு' என்றான். அமர்ந்திருந்தவள் வலது கையைத் தரையில் ஊன்றி மெதுவாக எழுந்தாள். அடுப்பில் பாலை வைத்துவிட்டு, அவன் வாங்கி வந்திருந்த பொட்டலத்திலிருந்து ஒரு தேங்காய்ப் போளியையும் தூள் வெங்காயப் பஜ்ஜியையும் ஒரு தட்டில் வைத்து வாசலில் முகம் கழுவிவிட்டு வந்தவனிடம் நீட்டினாள். அவன் அதை வாங்கியபடி அடுத்து என்ன என்று லேசாகச் செருமினான். அதற்காகவே காத்திருந்தவள்போல, 'ஏங்க, ஒரு தாட்டி நம்ம ஊருல இருக்க குலசாமி கோயிலுக்குப் போய்ட்டு வருவோமா?' என்று மெதுவாகக் கேட்டாள். தான் கேட்டதற்கு அவன் என்ன நினைத்தான் என்று அவனது முகக்குறிப்பில் அவளால் உணர முடியவில்லை. அவன் முகத்தையே பார்த்தபடி நின்றாள். அவன் இரண்டு நிமிட மௌனத்திற்குப் பிறகு, 'பார்ப்போம்' என்று மட்டும் சொன்னவன் மனத்துக்குள் "நம்ம ஊரு" என்று அவள் சொன்னதை மீண்டும் அசை போட்டுக்கொண்டான்.

தன் ஆயுள்முழுதும் செக்கில் சுற்றி மொளி தேய்ந்து இறந்து போன காளையின் காற்குளம்பு எலும்பில் ஏற்றி வைத்த பந்தம், மாடத்தில் படபடத்தபடி எரிந்துகொண்டிருந்தது. வாசல் திண்ணையில் புரண்டு படுத்திருந்த பிறழ்மனம்கொண்ட பதின்ம வயதினன் ஒருவன் இருளைக் கக்க வரும் வலுசர்ப்பங் களைத் தன் கால்களைப் பிணைத்திருக்கும் சங்கிலியால் விரட்டியடித்துக்கொண்டிருந்தான். வீட்டின் முன்முற்றத்தின் நடுவே வாழை இலையில் குவித்துவைத்திருந்த அவித்த மொச்சைப் பயிறு படையலைச் சுற்றி ஒப்பாரிப் பாடல் ஒலித்துக் கொண்டிருந்தது. படையலுக்கு உரியவனான மூப்பன் வீட்டுக்கு வெளியே முச்சந்தியில் குத்துக்காலிட்டு அமர்ந்து கன்னத்தில் கைவைத்தபடி மையிருட்டில் தனக்கு முன்னிருக்கும் கொட்டாங்கச்சி நீரை வெறித்துப் பார்த்தபடி அமர்ந்திருந்தான். பளிங்கைக் கண்களாய்க் கொண்ட ஊர்க்காவல் நாய்கள் மூப்பனுக்குச் சற்றுத் தள்ளி நின்று, இடைவிடாமல் ஊளை யிட்டபடி இருந்தன. அந்த நாய்களின் ஓலம் வளர்மதியின்

செவிப்பறைகளுக்குள் விடாமல் ஒலித்தபடி அவளை எங்கெங்கோ துரத்திக்கொண்டே இருந்தது.

பதறியடித்து எழுந்தவளின் அலறல் அருகில் உறங்கிக் கொண்டிருந்த தனசேகரையும் அச்சம்கொண்டு எழச் செய்தது. வேகமாக எழுந்தவன் அவள் தலைமாட்டில் வைத்திருந்த தண்ணீர் சொம்பை எடுத்து அவளிடம் கொடுத்தான். அதை வாங்கி ஒரு மடக்கு குடித்தவள் மீண்டும் ஒருக்களித்துப் படுத்துக்கொண்டாள். அவளுக்குப் பின்புறம் அமர்ந்திருந்தவன் மெதுவாக அவளது முதுகைத் தடவிக்கொடுத்தான். அவள் உடல் படபடத்து நடுங்கியதை அவனால் உணர முடிந்தது. அவள் பயத்தைப் போக்க ஊருக்குச் சென்று குலசாமியைக் கும்பிட்டு வரலாம் என்று தீர்மானித்தான்.

மறுநாள் பேருந்து நிலையத்தை அடைந்தபோது தனது சிறுவயதில் மதுரையிலிருந்து இராமநாதபுரம், கமுதி செல்லும் பேருந்தில் நல்லூர் விலக்கில் இறங்கி அங்கிருந்து மூன்றுமைல் தூரம் ஓடைப்பாதையில் நடந்து பெரியகுட்டம் கிராமத்திற்குப் பெற்றோருடன் சென்று வந்தது தனசேகரின் மனத்தில் நிழலாடியது. இப்போது கமுதிவரை சென்று அங்கிருந்து ஏதேனும் ஆட்டோ பிடிக்கலாம் என்று எண்ணியவனுக்குப் பேருந்து நடத்துநர் நல்லூர் விலக்கிலிருந்தே பெரியகுட்டத் திற்கு ஷேர் ஆட்டோக்கள் இருக்கின்றன என்று கூறிய தகவல் வியப்பாக இருந்தது. ஆளரவமற்று அழிந்த ஊரில் யாருக்காக ஆட்டோக்கள் ஓடுகின்றன என்ற கேள்வியும் குழப்பத்தை அதிகரித்தன.

முன்னொரு காலத்தில் விதையில்லாப் பயிர்களை விளைவிக்கத் தொடங்கிய நாளில்தான் அந்த ஊரின் அழிவுக் கான விதை விழுந்தது என்று சொன்ன குருவிக்காரனைக் குடியானவர்கள் எல்லாம் சேர்ந்து கல்லால் அடித்துத் துரத்திய தாகவும் இரத்தக் காயங்களுடன் அவன் அந்த ஊரை விட்டுச் செல்லும்போது அந்த ஊரிலிருந்த குருவிகள் உட்பட அனைத்துப் பறவைகளும் அவனுடன் சென்றுவிட்டதாகவும் அப்போது அவன் காகங்களை மட்டும் ஊரிலிருக்கச் சொல்லிக் கட்டளையிட்டதால் கோபத்தில் அவை தினமும் விடிகாலை யில் ஊரிலுள்ள குடியானவர்களைச் சபித்துக்கொண்டிருப்ப தாகவும் தனசேகரின் தந்தை சொன்ன கதை ஏனோ அவனுக்கு நினைவுக்கு வந்தது. ஊர் பற்றிய தந்தையின் கதைகளோடு அவனும் அவன் அருகில் பதற்றமும் கவலையும் சூழ்ந்தவளாக வளர்மதியும் பேருந்தில் பயணித்தனர்.

தற்காலிகப் பஞ்சத்தைத் தீர்க்க உலங்கூர்தியின் மூலம் ஊரெங்கும் கருவேல விதைகளைத் தூவ அரசாங்கம் உத்தரவிட்ட

நாளில் தாங்கள் பருத்தி போட்ட காடெல்லாம் பாழாய்ப் போனது என்ற தனது தந்தையின் ஓலம் தனசேகரின் மனத்தில் இப்போது ஒலித்தது. கருவேலமரங்கள் காற்றெங்குமிருந்த ஈரப்பதத்தை உறிஞ்சி வளர்ந்து பின் தமது தண்டையும் தூரையும் கரிமூட்டமாக்கி ஊர் முழுவதையும் சுடுகாடாக்கிவிட்டு மூட்டை மூட்டையாய்ச் சுமையூர்திகளில் சவஊர்வலம் போன கதை களையும் இனி அங்கு நமக்கு வேலையில்லை என்று பதறித் திசைமாறிச் சென்ற கருமேகங்களைச் சமாதானம் செய்து அழைத்துவந்து மழை பெற வைக்கவும் தரிசாகிப் போன நிலங்களை மீட்கவும் வழியில்லாமல் அருகிலும் தூரத்திலுமாகப் புலம்பெயர்ந்து பசியாற்றப் பழகியிருந்த தனது தலைமுறைக் கதைகளை நினைத்தபடியே அமர்ந்திருந்தவனின் தோளில் சாய்ந்து கண்ணயர்ந்தாள் வளர்மதி.

நல்லூர் விலக்கில் அவர்கள் இறங்கும்போது அநேகமாகப் பேருந்தில் பாதி காலியாகி அவர்களுடன் இறங்கியது. தினக்கூலி வேலைக்குச் செல்பவர்களைப் போல இருந்தவர்கள் அனைவரும் அங்கிருந்த ஷேர் ஆட்டோக்களில் ஏறினர். தனசேகர் ஒரு ஆட்டோ ஓட்டுநரிடம் சந்தேகத்தோடு பெரியகுட்டம் என்று இழுக்க, அவர் 'ஏறுங்க, எல்லாரும் அங்கதான். ஆளுக்குப் பத்து ரூபாய்' என்று வண்டியைக் கிளப்பினார். பிள்ளைத்தாச்சிக்குக் கொஞ்சம் இடம்விட்டு மற்ற பெண்கள் ஆட்டோவை நிறைத்தனர். ஓட்டுநருக்கு அருகில் முன்சீட்டில் அமர்ந்திருந்த தனசேகர், 'பெரியகுட்டத்துல ஏதேனும் வேலை நடக்குதா?' என்று ஓட்டுநரிடம் மெதுவாய்க் கேட்டான்.

'என்ன தம்பி வேலைனு சாதாரணமா கேட்டுப்புட்டீங்க. சுத்துவட்டாரமே எவ்ளோ பரபரப்பா ஓடிட்டு இருக்கு. ஒண்ணும் தெரியாத மாதிரி கேக்குறீங்க.'

'இல்லண்ணே. நமக்குச் சொந்த ஊர் பெரியகுட்டம்தான். ஊருப் பக்கம் வந்து வருஷக்கணக்காச்சு. குலசாமியக் கும்பிட்டுப் போகலாம்னு இப்போதான் வாறோம்'.

'பெரியகுட்டம் ஊருல மக்க நடமாட்டம் இல்லாம இருந்தது உண்மைதான். ஒரு ஆறுமாசம் முந்தி வடநாட்டுச் சேட்டு ஆளுங்க ஏக்கர் கணக்குல சுத்துவட்டாரத்து நிலங்களை விலை பேசி வாங்குனாங்க. அத்துவானக் காட்டுக்குள்ள மானம் பார்த்த பூமியா கிடக்குற தரிசு நிலத்தை ஆயிரக்கணக்குல காசு போட்டு வாங்குறானுக கிறுக்குப் பயலுகன்னுதான் நினைச்சாய்ங்க. ஊரக் காலி பண்ணிட்டு எங்கெங்கோ போய் செட்டிலானவுங்க எல்லாம் கூட்டம் கூட்டமா வந்து பத்திரம் முடிச்சுக் கொடுத்துட்டு அவன் கொடுத்த காசை வாங்கிட்டுக் கிளம்புனாய்ங்களே. ஊரக் கெட்டியாப் புடிச்சுட்டுக் கெடக்குற

கொஞ்சம் குடியானவங்கதான் பாக்கி. அவங்களையும் சேட்டுக சீக்கிரம் தின்னு செமிச்சிருவாய்ங்க. உங்களுக்கு இது பத்தி எதுவும் தெரியாதா?"

"இல்லண்ணே, நாங்க ஊரை விட்டுப் போனதும் நிலம் நீச்சு எல்லாத்தையும் பங்காளிங்க பராமரிப்புல விட்டுவிட்டு வந்துட்டார் அப்பா. அதுக்கப்புறம் நான் வந்து போய் இருக்கல. ஊர்க்காரவுங்க யாரு கூடவும் அவ்ளோ நெருக்கத்துல இல்லை. சரி. வடக்கத்தி சேட்டுக எதும் தொழிற்சாலை கட்றானுகளா... பரவால்ல. ஊரு முன்னேறுனா நல்லதுதான்."

"மயித்துல முன்னேத்துவானுக. எரநூறு வருஷத்துக்கு முந்தி இந்தப் பகுதி முழுக்க பாம்பாறுன்னு ஒரு பெரிய ஆறு ஓடுன படுகை தம்பி. சுமார் நூறு அடிக்குக் கீழே பெரியகுட்டம் முழுக்க நஞ்சை, புஞ்சை, கரட்டுக்காடு, கருவக்காடு எல்லா இடத்துலயும் சுத்தமா சலிச்ச தங்கம்போல ஆத்து மணல் அடுக்கடுக்கா கொட்டிக் கிடந்திருக்கு. இன்னிக்கு நெலமைக்குக் கோடி கொடுத்தாலும் கிடைக்காத சொத்து. அதை வடக்கத்தி யானுக எப்படியோ மோப்பம் பிடிச்சு உள்ள வர்றானுக. நம்ம ஆளுகளும் வெவரம் தெரியாம தண்ணி இல்லாத காட்டை வச்சு என்ன பண்ணன்னு வந்த வெலைக்கு வித்துட்டுப் போறாங்க."

பேசிக்கொண்டே ஆட்டோ ஓட்டி வந்தவர் பெரியகுட்டம் கிராமத்தின் எச்சமாயிருந்த சிதிலமடைந்த வீடுகளைக் கடந்து, கிழக்குப் பக்கம் வறண்டு போயிருந்த ஊரணியைத் தாண்டி ஆட்டோவை நிறுத்தினார். முன்னும் பின்னுமாகப் பத்துக்கும் மேற்பட்ட ஷேர் ஆட்டோக்கள் வந்து நின்றன. ஆண்களும் பெண்களும் அவற்றிலிருந்து இறங்கிக் கிழக்குப் பக்கமாக நடக்கத் தொடங்கினர். ஊரணியைத் தாண்டி ரெண்டு பர்லாங்குப் பருத்திக் காடுகளின் வழியே சென்றால் தென்திசை ஓரத்தில் பாம்பாளம்மாள் கோவில் வரும் என்று தனசேகருக்கு நினைவிருந்தது. ஆட்டோவிற்கான பணத்தைக் கொடுத்து விட்டு, 'ஒரு அரைமணி நேரம் காத்திருக்க முடியுமாண்ணே. போய் சாமி கும்பிட்டுட்டு இதே ஆட்டோல நல்லூர் விலக்கு வரை வந்துருவோம்' என்றான். அவர் 'சரி காத்திருக்கிறேன்' என்றதும் தனசேகரைத் தொடர்ந்து வளர்மதியும் மெதுவாக ஆட்டோவிலிருந்து இறங்கினாள். சாமி கும்பிட இங்கே எதுவும் கிடைக்காது என்பதால் மதுரையிலிருந்தே தேங்காய், பழம், சூடம் வாங்கி வந்திருந்தார்கள். மனைவியிடமிருந்த கட்டைப் பையை தனசேகர் வாங்கிக்கொண்டான். இருவரும் சற்றுத் தூரம் நடந்தனர். கோவில் திசையை உத்தேசித்துத் திரும்பிய வனுக்கு விநோதமான காட்சிகள் தெரிந்தன.

அங்கே பருத்திக் காடுகள் இருந்த எந்த அடையாளமும் இன்றி ஏக்கர் கணக்கில் சுமார் நூற்றைம்பது அடிக்குக் குறைவில் லாத ராட்சச பள்ளத்தாக்குகளும் அவற்றைச் சுற்றி நீண்ட ஓடுபாதைகளின் மீது லாரிகள் செல்லும் பாதைகளுமாக மிகப் பெரிய மணல் குவாரியைப்போல அந்தச் சுற்றுவட்டாரமே காட்சியளித்தது. பத்துப் பதினைந்து ராட்சச கிரேன்களும் ஜே.சி.பி. கனரக ஊர்திகளும் நடுவில் அலைந்தபடியிருக்க சுற்றி நூற்றுக்கணக்கான லாரிகள் வரிசைகட்டி நின்றிருந்தன. மிகப் பெரிய இயந்திரக் கைகள் பள்ளத்தாக்குகளில் பொதிந்து பரவிக் கிடக்கும் பொன்னிற ஆற்று மணலை அள்ளி அள்ளி வரிசையாக நின்றிருந்த லாரிகளின் வயிற்றை நிரப்பிக் கொண்டிருந்தன.

பருத்திக் காடுகளின் இடையே தென்திசையோரமாய் இருந்த ஒற்றைக் குத்துக்கல்தான் தனசேகரின் குலதெய்வமான பாம்பாளம்பாள் கோவில். இப்போது திசைகெட்டுத் திணை கெட்டுக் கிடக்கும் அந்தப் பள்ளத்தாக்குகளையும் ஓடுபாதை களையும் பார்க்க தனசேகருக்குத் தன் ஈரல்குலையை யாரோ ரம்பம் கொண்டு அறுப்பது போலிருந்தது. அவன் அப்படியே பிரமை பிடித்தவனைப்போல நிற்க அந்நிலக் காட்சிகளைப் பார்த்த வளர்மதியின் கண்களில் இன்னதென்று தெரியாமல் கண்ணீர் தாரைதாரையாகக் கொட்டிக்கொண்டிருந்தது. சிறிது நேரத்தில் அவள் கேவியழும் தேம்பலை உணர்ந்த தனசேகர் சுயநினைவுக்கு வந்தவனாய் அவளைத் தேற்றுவதுபோலத் தன் தோளோடு அணைத்தான். அவனது இடக்கையில் இருந்த கட்டைப்பையின் பாரம் இன்னும் இன்னும் அழுத்தத் தொடங்கியது. மணல்குவாரிக்கு வேலைக்குச் செல்பவர்கள் அவர்களைக் கடந்து நடந்துகொண்டிருந்தார்கள். வாழவந்த குடும்பத்தின் மூதாதையர்களுக்குப் பசியாற்றிய விளைநிலங் களின் அடிமடியை அறுத்துக் குடல் சரியக் கிடக்கும் நிலையைக் காணத்தான் இத்தனை வருடங்கள் கழித்து பாம்பாளம்பாள் தன்னை இங்கே அழைத்தாளா என்று விசும்பியபடி இருந்தாள் வளர்மதி.

குனிந்த தலை நிமிராமல் திரும்பிய இருவருக்குள்ளும் பேசிக்கொள்ள வார்த்தைகள் அனைத்தும் தூர்ந்துபோய் இருந்தன. செல்லும் முன் குலசாமிக்கெனத் தாங்கள் கொண்டு வந்திருந்த பூஜைப் பொருட்களை என்ன செய்வதென்று தெரிய வில்லை. ஆனாலும் அரூபமாய் பாம்பாளம்பாள் அங்கே தான் எங்கேயோ குடிகொண்டிருப்பாள் என்று தனது மனத்தை ஆற்றுப்படுத்திக்கொண்டாள் வளர்மதி. தென்கிழக்குத் திசையை நோக்கிக் கையெடுத்துக் கும்பிட்டுவிட்டு நின்ற

இடத்திலேயே தேங்காயை உடைத்து, வழிந்த நீரை நிலத்துக்கு விளாவி, கொண்டு வந்திருந்த சூடம் மொத்தத்தையும் அங்கேயே குவித்துப் பொருத்திக் கண்களில் ஒற்றினாள். அந்த மண்ணை எடுத்து நிலக்காப்பாய்த் தன் நெற்றியிலும் கழுத்திலும் வயிற்றிலும் பூசிக்கொண்டாள். நிலக்காப்பை அடிவயிற்றில் பூசுகையில் பனிக்குடம் நிறைந்து தளும்புவதை அது உடைந்து புதிய உயிர் ஜனிக்கும் தருணம் சமீபிப்பதை அவளால் நன்றாக உணர முடிந்தது. அவளைத் தொடர்ந்து தனசேகரும் சூடத்தைத் தொட்டுக் கும்பிட இருவரும் சற்றுத் தூரத்தில் காத்திருக்கும் ஆட்டோவை நோக்கி நடக்கத் தொடங்கினர்.

ஆட்டோவை நெருங்கும்போது குவாரி பக்கமிருந்து கூச்சலும் குழப்பமுமாய்ப் பெருங்குரலெடுத்தபடி ஆண்களும் பெண்களும் வேகமாக ஓடி வந்தனர். இவர்களைக் கடந்து செல்பவர்களை ஆச்சரியமாகப் பார்த்த நடுத்தர வயதுப் பெண், "நிலமும் பொம்பளதானே. அவ அடிமடிவரை குதறி யெடுத்தா சும்மா இருப்பாளா. மொத்தமா பொங்கிட்டா. நூறு அடிக்கு மேல தோண்டுன அத்தனை பள்ளத்துலயும் ஆயிரக் கணக்குல ஊத்துக்கண் ஒரே நேரத்துல திறந்து நாலு, எட்டு, பதினாறு திசைகள்லயும் மடை வெள்ளமா பீச்சி அடிக்குறா. மண்ண அள்ளுன ஆளு, அம்பு, சேனை, மெசினு, வண்டி, லொட்டு லொசுக்கு எல்லாத்தையும் முங்கி ஏப்பம் விட்டுட்டா. குவாரி முழுக்க வெள்ளக்காடு. சீக்கிரம் வண்டியைக் கிளப்பிட்டு நீங்களும் வெளியேறுங்க" என்றவளாக ஆவேசமாகக் கத்திய படி அந்தப் பெண் ஓடினாள். இவர்கள் அவள் சொல்வது இன்னதென்று விளங்கிக்கொள்ள முயல்கையில் கிழக்குப் பக்கமிருந்து குவாரித் தடுப்புகளைத் தாண்டி முதலில் ஊர்ந்தும், சற்று நேரத்திற்கெல்லாம் பெருகியும் ஊற்றுத் தண்ணீர் ஓடிவந்தது. பூஜை செய்துவிட்டு மண்ணில் வைத்திருந்த தேய்ங்காய் முடிகளைச் சுழற்றி அடித்துக்கொண்டு இவர்களின் கால்களைத் தழுவியபடி ஊரணியை நோக்கிப் பெருக்கெடுத்து ஓடியது.

அவசரச் சிகிச்சை

"தேவி பேபியோட அட்டண்டர் யாருங்க?"

ட்யூட்டி நர்ஸின் குரலைக் கேட்டு இருக்கையில் அமர்ந்து தூங்கிக்கொண்டிருந்த குமார் பதறியபடி எழுந்தான். அவசரச் சிகிச்சை அறையின் முன் நடைபாதை வராந்தாவில் வரிசையாகப் படுத்திருந் தவர்களில் ஓரிருவரும் வேகமாக எழுந்து உட்கார்ந்தனர். குமார் கண்களைத் துடைத்தபடி நர்ஸை நோக்கி வந்தான். அவள் தன் கையில் வைத்திருந்த மருந்துச் சீட்டை நீட்டி, "மெடிக்கல்ல இந்த மருந்துகளை வாங்கிட்டு வாங்க" என்று கூறி விட்டு உள்ளே சென்றாள். அவன் அநிச்சையாய் பேண்ட் பாக்கெட்டில் பர்ஸைத் தடவிப் பார்த்துக் கொண்டான். பச்சிளம் குழந்தைகளுக்கான அவசர சிகிச்சைப் பிரிவு இருந்த அடித்தளத்திலிருந்து முதல் மாடியிலிருந்த மருந்தகத்துக்குச் சென்றான். அது பூட்டப்பட்டிருக்கவே மருத்துவமனைக்கு வெளியே சென்று மருந்துவாங்கிவர வேண்டுமா என்ற குழப்பத்தோடு பிரதான வாயிலுக்கு வந்தான். மொபைலை எடுத்துப் பார்த்தான். மணி நள்ளிரவு இரண்டு நாற்பது ஆகியிருந்தது. நுழைவாயிலில் அமர்ந்திருந்த காவலாளியைக் கடந்து கட்டடத்தின் பக்கவாட்டிலிருந்த பைக் ஸ்டாண்டை நோக்கி நடந்தான். அவன் கையிலிருந்த சீட்டைப் பார்த்து விட்டுக் காவலாளி, "மருந்து மாத்திரை உள்ளே தான் வாங்கணும் தம்பி" என்றார்.

"உள்ளே மெடிக்கல் பூட்டியிருக்கு. அவசரமாக் கேட்டாங்க."

"முதல் மாடி மெடிக்கல்தான் மூடியிருக்கும். ராத்திரில கீழே பேஸ்மெண்ட்ல உள்ள மெடிக்கல் திறந்திருக்கும். அங்க வாங்கிக்கங்க."

"கீழே எங்கே இருக்கு. நான் பீடியாட்ரிக் ஐ. சி. யூ. ல இருந்து தான் மேல வந்தேன்."

"பி.ஐ.சி.யூ. தாண்டி வலதுபக்க லிஃப்ட்டை ஒட்டினாப்புல சின்ன ரூம் இருக்கும் பாருங்க."

"சரிண்ணே" என்று கூறியவாறு மீண்டும் அடித்தளத்திற்கு வந்தான். அங்கே மருந்தகத்தில் சீட்டை நீட்டியதும் ஒரு பெரிய கேரி பேக் நிறைய மருந்துகளை எடுத்துக் கொடுத்தனர். பணத்தைக் கொடுத்து அதனை வாங்கிக்கொண்டு பி. ஐ.சி.யூ அறைக்கதவின் முன் நின்று, "சிஸ்டர்" என்று இரண்டு முறை கூப்பிட்டுப் பார்த்தான். உள்ளிருந்து எந்தச் சத்தமும் இல்லை. வராந்தாவில் படுத்திருந்தவர்களில் ஒருவர், "உள்ளே போய்க் கொடுங்க, ஒன்னும் சொல்ல மாட்டாங்க" என்று கூறினார். குமார் செருப்பைக் கழற்றி விட்டுக் கதவைத் திறந்தான். உள்ளே சிறு சந்து போன்றிருந்த நடைபாதையைத் தாண்டி அவசரச் சிகிச்சைப் பிரிவின் கண்ணாடிக் கதவை மெதுவாகத் தள்ளி உள்ளே சென்றான்.

இங்கு வந்த மூன்று நாட்களில் தினமும் காலை ஒருமுறை குழந்தையைப் பார்க்க அந்த அறைக்குள் அனுமதித்திருக்கிறார்கள். சுமார் இருபது இன்குபேட்டர் படுக்கைகள் இருக்கும் அந்தப் பெரிய அறையில் அப்போது மற்ற அனைத்துப் படுக்கைகளைச் சுற்றியும் திரைச் சீலை போட்டு மூடப்பட்டிருக்கும். அவன் தன் குழந்தை இருக்கும் இன்குபேட்டருக்குச் சற்றுத் தள்ளி நின்று பார்ப்பான். நீலம் பாரித்த உடலில் விலா எலும்பு தெரிய சிரமப்பட்டு மூச்சுவிட்டுக்கொண்டிருக்கும் அந்தச் சிறிய ஜீவனை இரண்டு நிமிடங்கள் உற்றுப்பார்ப்பான். பின் ஒன்றும் பேசாமல் வெளியே வந்துவிடுவான். ஆனால் இப்போது திரைச்சீலைகள் எல்லாம் விலக்கப்பட்டிருக்க முகத்தில் ஆக்ஸிஜன் மாஸ்க் பொருத்தியபடியும், கைகளில் சலைன் ஏற்றியபடியும் உடலெங்கும் ஆங்காங்கே வயர்களும் ப்ளாஸ்திரிகளும் ஒட்டியபடியும் எலிக்குஞ்சுகள்போல அநேகமாக எல்லாப் படுக்கைகளிலும் சின்னஞ்சிறிய உயிர்கள் இந்த உலகில் தங்களது முதல் அல்லது கடைசிப் போராட்டத்தை நடத்திக்கொண்டிருந்தன.

உள்ளே அவனது குழந்தை இருந்த வலதுபக்க நான்காவது இன்குபேட்டருக்கு அவன் பார்வை அநிச்சையாகத் தாவியது. படுக்கையின் அருகே ஒரு ட்யூட்டி டாக்டரும் ஒரு நர்ஸும் நின்று குழந்தைக்குச் சிகிச்சை கொடுத்துக்கொண்டிருந்தனர். கதவுக்கு எதிர் இருக்கையில் அமர்ந்திருந்த மற்றொரு நர்ஸ் எழுந்து அவனருகே வந்தாள். அவனிடமிருந்த மருந்துப்பையை வாங்கிக் கொண்டு அவளும் படுக்கை அருகே சென்றாள். அவன் அங்கேயே நின்றுகொண்டிருப்பதைப் பார்த்தவள் திரும்பி,

"கொஞ்சம் வெளியே இருங்க!" என்றாள். அவன் தயக்கத்துடன் வெளியே வந்து அதன் கதவருகே சற்று நேரம் நின்றான். பிறகு, படுத்திருந்தவர்களைத் தாண்டி வரிசையாக இருந்த இருக்கை களுள் ஒன்றில் அமர்ந்தான். சிறிது நேரம் கழித்து அறையிலிருந்து ட்யூட்டி டாக்டர் வெளியே வந்தார். குமார் வேகமாக எழுந்து அவர் அருகே வந்தான்.

"சார், தேவி பேபியோடு அப்பா. குழந்தை எப்படி இருக்கு டாக்டர்?"

"காலைல சீஃப் வந்தப்புறம் சொல்லுவாங்க" என்று கூறி விட்டு அவர் இவன் முகத்தைப் பார்க்காமல் வேகமாகச் சென்றார். தினமும் காலையில் ரவுண்ட்ஸ் வரும் குழந்தைகள் பிரிவுத் தலைமை மருத்துவர் தவிர வேறு மருத்துவர்களோ செவிலியர்களோ பணியாளர்களோ சிகிச்சைபெற்றுவரும் குழந்தைகளின் உடல்நிலை குறித்து ஒரு வார்த்தைகூட சொல்லுவதில்லை. அவரும்கூட இரண்டு வார்த்தைகளுக்கு மேலே எதுவும் பேசுவதில்லை. குமாருக்கு நெஞ்சு அடைப்பது போல இருந்தது. விம்மிக்கொண்டு வரும் அழுகையைக் கட்டுப் படுத்திக்கொண்டு வாய்வழியாக இரண்டுமுறை மூச்சை இழுத்துவிட்டான். மறுபடியும் இருக்கைக்குச் சென்று அமர்ந்து அவசரச் சிகிச்சைப் பிரிவின் அறைக்கதவை வெறித்துப் பார்த்த படி இருந்தான்.

நான்குநாட்களுக்கு முன்பு தேவி பக்கத்து வீட்டு தெய்வானை அக்காவை அழைத்துக்கொண்டு எப்போதும் பார்க்கும் கோவிந்தம்மாள் கிளினிக்கிற்குச் சென்றிருந்தாள். குழந்தை கருவுற்றதிலிருந்து கருப்பைப் பாதையில் வளர்ந்து கொண்டிருப்பதாக டாக்டரம்மா கூறி வந்தார். இரண்டு வாரத்திற்கு ஒருமுறை கண்டிப்பாகச் செக்கப்பிற்கு வரச் சொல்லியிருந்தார். "குழந்தை வளர்ச்சி நல்லா இருக்கு. ஆனாலும் ஜாக்கிரதையா இருக்கணும்" என்று டாக்டரம்மா ஒவ்வொரு முறை செல்லும்போதும் அதனை அவர்கள் பதற்றத்தோடு எதிர்கொண்டனர். அன்று குமாருக்குக் கம்பெனியில் அவசர வேலை இருந்ததால் தேவி, தெய்வானை அக்காவை அழைத்துக் கொண்டு வந்திருந்தாள். அவளைச் சோதித்துப் பார்த்த டாக்டர் ஏதோ தவறாய் உணர உடனே ஸ்கேன் எடுத்துப் பார்க்கச் சொல்லியிருக்கிறார். ஸ்கேன் எடுத்துப் பார்த்ததில், "குழந்தைக்குப் போதிய நீர்ச்சத்து இல்லை, உள்ளே மூச்சுத் திணறிக் கொண்டிருக்கிறது. உடனடியாக ஆப்ரேஷன் செய்ய வேண்டும்" என்று கூறினார். ஃபோனில் விஷயம் கேள்விப்பட்டு குமார் கிளினிக்கிற்கு வரும்போது அநேகமாக அறுவைச் சிகிச்சைக்கு எல்லாவற்றையும் தயார்படுத்தி வைத்திருந்தனர். அவன் வந்து,

கையெழுத்திட்டுப் பணம் கட்டியதும் அடுத்த இரண்டுமணி நேரங்களில் நல்லபடியாய் அறுவைச் சிகிச்சை முடிந்து குழந்தை பிறந்தது. குழந்தையை மட்டும் வார்டுக்குக்கொண்டு வரும்போது குமாரின்க் கண்கள் தேவியைத் தேடின. தேவிக்கு ஆப்ரேஷனில் கொஞ்சம் இரத்தப்போக்கு அதிகமாக இருந்ததால் அவள் மயக்கமாக இருப்பதாகவும் இன்னும் கொஞ்ச நேரத்தில் வார்டுக்கு அழைத்து வருவதாகவும் கூறினார்கள்.

குமார் மைக்ரோ வெல்டிங்கேல் ஸ்பெஷலிஸ்ட். கடுகளவு பொட்டு வைக்க வேண்டுமென்றாலும் பிசிறில்லாமல் வெல்டிங் வைப்பதில் கம்பெனியில் அவனுக்கு நிகர் எவருமில்லை. நர்ஸ் கொண்டு வந்து குழந்தையைக் கையில் கொடுத்தபோது தன் கைகள் முதன்முறையாக நடுங்குவதை உணர்ந்தான். எங்கே குழந்தை நழுவிவிடுமோ என்று உண்மையில் பயந்தவன் வெளியே நின்றுகொண்டிருந்த தெய்வானை அக்காவைக் கூப்பிட்டுக் குழந்தையைத் தூக்கிக்கொள்ளச் சொன்னான். சாயங்காலம் தேவியை வார்டுக்கு அழைத்துவரும்வரை அவனுக்கு என்ன செய்வதென்று தெரியவில்லை. இங்கும் அங்கும் நடந்துகொண்டே இருந்தவன் சற்று நேரத்திற்கொரு முறை குழந்தையை வந்து எட்டிப் பார்ப்பான். தேவியின் அம்மாவுக்கு ஃபோன் பண்ணலாமா என்று அவனுக்குத் திடீரெனத் தோன்றியது. தேவியின் அப்பாவாவது இவர்களின் காதலைக் கண்டிக்கும் பொருட்டுத் திருமணத்திற்கு முன்பு இரண்டு முறை கம்பெனிக்கு வந்து சட்டையைப் பிடித்துத் திட்டிவிட்டுச் சென்றிருக்கிறார். அவள் அம்மாவிடம் இதுவரை அவன் ஒரு வார்த்தைகூட பேசியதில்லை. இத்தனை வருடங்கள் இல்லாமல் இப்போது தனக்கு ஏன் அப்படியொரு எண்ணம் வருகிறது என்று அவனுக்கே ஆச்சரியமாக இருந்தது.

தேவி வீட்டைவிட்டு, ஊரைவிட்டு, வந்ததிலிருந்து ஒரு முறைகூட தன் குடும்பத்தைப் பற்றிப் பேசியதில்லை. குழந்தைப் பேற்றிற்காகச் செய்யாத வைத்தியமெல்லாம் செய்தபோதும் எப்போதும் மனச்சஞ்சலமில்லாமல் தனக்கு ஆறுதல் சொன்னவள் அவள். பலமுறை அவளது அம்மா அவளிடம் பேச விரும்புவதாக ஊர்க்காரர்கள் மூலம் தெரியவந்தபோதும் அவனது மரியாதையின் பொருட்டு அதனைப் பிடிவாதமாக அவள் மறுத்திருக்கிறாள். அத்தகைய விஷயங்களில் தேவிக்கு எப்போதுமே வீராப்பு அதிகம். செத்தாலும் பிழைத்தாலும் அவர்களிடம் செல்லக் கூடாது என்று வைராக்கியத்துடன் இருப்பவள். இப்போது குமார் அவளது வீட்டில் சொல்லலாமா என்று கேட்டால்கூட பத்ரகாளியாகி விடுவாள். எதுவானாலும் வழக்கம் போல் அவள் வந்து முடிவு செய்யட்டும் என்று காத்திருந்தான்.

அடுத்த மூன்றுமணி நேரத்தில் தேவிக்கு மயக்கம் தெளிய, வார்டுக்கு அழைத்து வந்தார்கள். அவள் சோகையான சிரிப்போடு அவனது கையை இறுக்கமாகப் பற்றினாள். இத்தனை நாள் சிகிச்சையில் அவள் பட்ட கஷ்டங்களுக்குப் பலனாக வந்திருந்த குழந்தையைப் பார்த்தான். "அவசரக் குடுக்கை, சொன்ன தேதியிலிருந்து இருபத்து எட்டு நாள் முன்னமே உலகைப் பார்க்க வந்துவிட்டான்". உலகைப் பார்த்த உற்சாகத்தில் கைகால்களை ஆட்டியபடிச் சிரித்துக்கொண்டிருந்தது குழந்தை. அவனது குழப்பங்கள் அனைத்தும் விலகின.

டாக்டரம்மா வந்து, "ஆப்ரேஷன் கொஞ்சம் காம்ப்ளிகேஷன்ப்பா. தேவி ஒரு வாரத்துக்கு ரொம்ப மூவ்மெண்ட் இல்லாம பெட்ரெஸ்ட்ல இருக்கணும். கொஞ்சம் கூட இருந்து பார்த்துக்கோங்க தம்பி" என்று கூறிவிட்டுக் கிளம்பினார்.

சற்றுநேரத்தில் தெய்வானை அக்கா தன் வீட்டுக்குப் போய் விட்டு வருவதாகக் கூறிச் சென்றார். தேவி படுத்தபடியே இருக்க நர்ஸ் உதவியுடன் குழந்தை தாய்ப்பால் குடிக்க வேகமாகப் பழகிக்கொண்டது. இரவில் துணைக்கு அவன் அவளுடன் தங்கிவிட்டான்.

மறுநாள் காலை கிளினிக்கில் இருந்தபடியே கம்பெனிக்குச் சென்று காலை வேலையை முடித்தான். மதியம் தெய்வானை அக்கா வெள்ளைப்பூண்டு பத்தியக் குழம்புச் சோறு செய்து கொண்டு வந்திருந்தார். அவன் மதிய இடைவெளியில் கிளினிக்கிற்கு வந்தான். தேவியை சாய்த்துப்படுக்கவைத்தபடிச் சாப்பாட்டை ஊட்டிவிட்டுக் கொண்டிருந்தவன் பக்கவாட்டில் தொட்டிலில் கிடந்த குழந்தையைப் பார்த்துப் புன்னகைத்தான்.

"கிருஷ்ணா, கிருஷ்ணான்னு மூச்சுக்கு முன்னூறு தடவை கிருஷ்ணாவைக் கும்பிட்டு இருந்தியே, பாரு நீலவண்ணக் கிருஷ்ணனே வந்து பிறந்திருக்கான். உள்ளங்கால்ல பாரு. இப்பவே நீலமா இருக்கு."

"தெய்வானை அக்காவோட பழைய சேலையைத்தான் உங்க பையனுக்குக் கோவணத் துணி கட்டிருக்கு. அதுல உள்ள சாயம் ஏதாவது ஒட்டியிருக்கும்" என்றபடி சிரித்தாள். அவனும் "சேலைல கோவணமாடா" என்று குழந்தையைப் பார்த்துச் சிரித்தான். அவள் சாப்பிட்டு முடித்ததும் பாத்திரங்களை எடுத்து வைத்துவிட்டு மாலை கம்பெனி முடிந்து வருவதாகக் கூறி விட்டுக் கிளம்பினான்.

மாலை அவனுக்கு வேலை நேரம் முடிவதற்கு முன்பாகவே கிளினிக்கில் இருந்து அழைப்பு வந்துவிட்டது. பதறியடித்துக் கொண்டு கிளினிக்கிற்கு வந்தான்.

குழந்தையின் உடல் முழுவதும் நீலம் பரவியிருந்தது. மூச்சு விடச் சிரமப்பட்டுக்கொண்டிருந்தது. அழுகையின் சத்தம் மெல்லிய சிணுங்கலாக வெளிப்பட்டுக்கொண்டிருக்க குழந்தை அசைவற்றுப் படுத்திருந்தது.

டாக்டரம்மா, "பேபிக்கு நுரையீரல்ல தண்ணீர் ஏறியிருக்கு. ஆக்சிஜன் லெவலும் கம்மியாயிட்டு இருக்கு. பம்ப் பண்ணி நீரை வெளியேத்தணும். அந்த வசதி இங்க இல்லை. உடனடியா குழந்தைகள் சிறப்பு மருத்துவமனைக்கு ஷிஃப்ட் பண்ணனும். பேரண்ட் சம்மதத்திற்காக வெயிட் பண்றோம்" என்றார்.

அவர் சொல்வதில் பாதி குமாருக்குப் புரியவில்லை. "என்ன பண்ணணும் சொல்லுங்க டாக்டர்" என்று கத்தினான்.

"மிஷன் ஆஸ்பிடலுக்கு ஷிப்ட் பண்ணலாமா. அங்கே போனால்தான் குழந்தையைக் காப்பாத்த முடியும். ஆனா கொஞ்சம் செலவாகும்."

"உடனடியா பண்ணுங்க டாக்டர். என் தலையை அடமானம் வச்சாலும் பணத்தைக் கட்டீருவேன்."

"ஆம்புலன்ஸ் இப்போ வந்துரும். ரெஃபரல் லெட்டர் தரேன். கொண்டுபோய்க் கொடுங்க. உங்ககூட ஒரு நர்ஸை அனுப்பிவைக்கிறேன். பேபியோட அம்மாவுக்குக் கொஞ்சம் காம்ப்ளிகேஷன்ஸ் இருக்கு. அவங்க டிராவல் பண்ண வேணாம். அவங்க இன்னும் ஒரு வாரத்துக்கு இங்கேயே ட்ரீட்மெண்ட் கண்டின்யூ பண்ணட்டும். ஒண்ணும் பயப்படாதீங்க, யுவர் பேபி வில் பீ ஆல்ரைட்."

"சரிங்க டாக்டர்."

❍❍❍

குமார் மூன்று நாட்களாக கோவிந்தம்மாள் கிளினிக்கிற்கும் மிஷன் மருத்துவமனைக்குமாய் அலைந்துகொண்டிருக்கிறான். தேவிக்கு அறுவை சிகிச்சைப் பிரச்சினைகள் இன்னும் சரியாகி இருக்கவில்லை. நடுவில் ஒருமுறை மார்பில் பால்கட்டி மூர்ச்சை யாகிவிட்டாள். டாக்டரம்மா அவசரச் சிகிச்சை கொடுத்தபிறகே மயக்கம் தெளிந்தாள். அவள் மிஷன் மருத்துவமனை வந்து குழந்தையைப் பார்த்து அழ நேர்ந்தால் சிக்கலாகிவிடும் என்பதால் டாக்டரம்மா அவளை அங்கே அனுமதிக்கவில்லை.

மறுநாள் குழந்தைக்குத் தாய்ப்பால் கொடுத்துப் பார்க்கலாம் என்று காலை ஒரு சிறு பாத்திரத்தில் தேவியிட மிருந்து தாய்ப்பால் வாங்கி வருமாறு கூறியிருந்தார்கள். அதற்குள் இந்த இரவு நடந்த தீவிர சிகிச்சை அவனுக்கு

ஏதோ அசம்பாவிதத்தை உணர்த்தியது. விடிகின்றவரை ஒரு பொட்டுத் தூக்கமில்லாமல் அவசரச் சிகிச்சைப் பிரிவு அறைக் கதவுகளைப் பார்த்தபடியே அமர்ந்திருந்தான்.

காலை ஆறுமணிக்கு, அவசரச் சிகிச்சைப் பிரிவு அறைக் குள்ளிருந்து ஒரு சிறிய ஸ்ட்ரெச்சரில் இன்குபேட்டரோடு குழந்தையை வைத்து எடுத்து வந்தனர். உடன் வந்த நர்ஸ், "இசக்கி பேபியோட அட்டண்டர் யாருங்க?" என்றார்

"நாந்தாம்மா" என்று ஒரு பெண்மணி வராந்தாவில் இருந்து வாரிச் சுருட்டிக்கொண்டு எழுந்தார்.

"உங்க பேபியை நாலாவது மாடில உள்ள ஐ.சி.யூ.க்கு ஷிஃப்ட் பண்ண டாக்டர் சொல்லியிருக்கார்ம்மா. அங்க வாங்க" என்று கூறிவிட்டு ஸ்ட்ரெச்சருடன் சென்றாள்.

அந்தப் பெண்மணி அதைக் கேட்டவுடன் "ஐயோ" என பெருங்குரலெடுத்துக் கத்தியபடித் தன் மாரில் ஓங்கி ஓங்கி அடித்துக்கொண்டாள். அருகிலிருந்தவர்கள் அவளைத் தேற்றி நான்காவது மாடிக்கு அனுப்பிவைத்தனர்.

ஸ்ட்ரெச்சரைப் பார்த்து வேகமாக ஓடி வந்த குமார் குழந்தையைப் பார்த்தான். உள்ளங்கை அளவே உள்ள மிகச் சிறிய குழந்தை. அதன் கனத்திற்கு மிக அதிகமாக மருத்துவ உபகரணங்களைச் சுமந்துகொண்டிருந்தது. ஸ்ட்ரெச்சரை லிஃப்ட்டில் ஏற்றிக்கொண்டு சென்றதும் வராந்தாவில் இருந்த மற்றவர்கள் தங்களுக்குள் வருத்தத்துடன் பேசிக்கொண்டனர். குமார் ஒருவரிடம் என்னவென்று கேட்டான்.

"அந்தம்மாவுக்கு ரெட்டைக் குழந்தைங்க. அஞ்சு மாசத்துல குறை பிரசவமாகிப் போச்சு. ஒரு மாசமா ஆஸ்பத்திரிலயேதான் கெடயா கெடக்குது அந்தம்மா. போன வாரத்துல ஒரு பிள்ளைய இப்படித்தான் மாடில உள்ள ஸ்பெஷல் ரூமுக்குக் கூட்டிட்டுப் போனாங்க. அடுத்த நாளே அதோட விதி முடிஞ்சிருச்சு. இந்த ஒத்தப் பிள்ளயவாவது பிழைக்கட்டும்னு அந்தம்மா இராப்பகலா வேண்டிட்டு இருந்துச்சு. இப்போ அதுவும் ஸ்பெஷல் ரூமுக்குப் போகுது. ஆண்டவா!" என்று கண்கலங்கினார்.

"அதெல்லாம் ஒண்ணும் ஆகாதுங்க. சரியாயிரும்" குமார் தனக்குத்தானே ஆறுதல் சொல்பவனைப்போல அவரிடம் கூறினார்.

"இல்ல தம்பி நானும் மூணு வாரமா என் குழந்தையை உள்ள போட்டுட்டு இங்கேயேதான் இருக்கேன். ஸ்பெஷல்

ரூமுக்குப் போகுதுன்னாலே முடியாத கேஸுன்னுதான் அர்த்தம். இங்கே பொதுவுல வச்சு எல்லாரையும் சங்கடப் படுத்தக் கூடாதுன்னு மேலே தனியறைல வச்சு விஷயத்தைச் சொல்லுவாங்க. நான் வந்த நாள்ல இருந்து இது நாலாவது கேஸ். இங்க காத்துக்கிட்டு இருக்க ஒவ்வொரு தாய் தகப்பன் மனசுலயும் எந்த ஸ்ட்ரெச்சர் மாடிக்குப் போகுதுன்னாலும் சாமி நம்ம குழந்தையா இருந்துடக் கூடாதுன்னு மனசுக்குள்ள வேண்டிட்டுதான் உட்கார்ந்திருக்கோம்.”

குமாருக்கு அவர் சொல்லும் வார்த்தைகளில் தெரிந்த சுயநலம் அசிங்கமாகத் தெரிந்தாலும் தன்னையறியாமல் தானும் அவ்வாறுதானே பிரார்த்தனை செய்வோம் எனத் தோன்றியது.

காலை எட்டுமணிக்குக் குழந்தைகள் பிரிவுத் தலைமை மருத்துவர் வந்து அறையிலிருக்கும் அனைத்துக் குழந்தைகளையும் பார்வையிட்டுவிட்டு வெளியே வந்தார். அவரைச் சுற்றி அனைவரும் சூழ, “எல்லோரும் கொஞ்சம் தள்ளி நில்லுங்க. உங்க பெயர் சொல்லும்போது டாக்டர்ட்ட வாங்க” என்று உடனிருந்த நர்ஸ் சத்தம் போட்டார். அனைவரும் சற்றுப் பின்னால் நகர்ந்தனர்.

ஒவ்வொருவராக அழைத்துப் பேசிவிட்டு, “தேவி பேபி அட்டண்டர்” என்று கூப்பிட்டதும் குமார் முன்னே வந்தான்.

தலைமை மருத்துவர், “லங்க்ஸ்ல இருந்து லிக்யூட் டிரெயின் பண்ணியாச்சு. அப்சர்வேஷன்ல இருக்கட்டும்” என்று கூறிவிட்டு, “எல்லாரும் முடிஞ்சுதாம்மா” என்று நர்ஸைக் கேட்டார்.

குமாருக்குப் பரபரப்பு அதிகமாகியது. இராத்திரி முழுவதும் நடந்த சிகிச்சைபற்றி ஏதாவது சொல்வார் என்று அவன் எதிர்பார்த்திருந்தான். அவர் அதுபற்றி ஒன்றும் சொல்லாதது ஏனோ அவனுக்கு ஏமாற்றமாக இருந்தது. “டாக்டர்” என்று ஏதோ சொல்ல வந்து குரல் கம்மியது.

“உங்க கவலை எங்களுக்குப் புரியுது தம்பி. எங்களால முடிந்த சிறப்பான சிகிச்சை கொடுக்குறோம். இன்ஃபேன்ட்ஸ் பொருத்தவரை ரெண்டு விஷயம்தான். நாம கொடுக்குற ட்ரீட்மெண்ட்டுக்கு ரெஸ்பான்ஸ் பண்றது இல்லன்னா கிவ்–அப் பண்றது. பெரியவங்க மாதிரி ப்ரொலாங் ட்ரீட்மெண்ட் அன் வெயிட்டிங் எல்லாம் எதிர்பார்க்க முடியாது, பார்ப்போம். வீ ஹோப் ஃபார் த பெஸ்ட்”. டாக்டர் கூறிவிட்டு அங்கிருந்து நகர்ந்தார்.

டாக்டர் தன் பணி முடித்துக் கிளம்பிய சிறிது நேரத்தில் பச்சிளம் குழந்தைகளின் அவசரச் சிகிச்சைப் பிரிவு வழக்கமான அச்சம் தரும் அமைதிக்குத் திரும்பியது. காலை பத்துமணிக்கு

மருத்துவமனையின் கணக்குப் பிரிவின் வேலை தொடங்கியதும் கீழ்த்தளத்தில் அவசரச் சிகிச்சை அறையின் முன் காத்திருந்தவர்களில் சிலருக்கு அழைப்பு வந்தது. குமாருக்கான முறை வந்ததும் மூன்று நாட்களுக்கு முன் கட்டியிருந்த முன்பணம் தீர்ந்துவிட்டது, அடுத்த தவணை பணம்கட்ட வேண்டும் என்று கூறினார்கள்.

குமார், தேவியின் பிள்ளைப் பேற்றுக்கெனக் கொஞ்சம் ரூபாய் சேர்த்து வைத்திருந்தான். அன்றைய நிலைக்கு அது முழுவதுமாகக் கரைந்துவிட்டிருந்தது. கம்பெனியில் உடன் வேலை பார்ப்பவரிடம் சொல்லித் தனது பைக்கை விற்க முதல் நாளே முடிவு செய்திருந்தான். அவரிடம் நினைவுபடுத்த அவர் வண்டியோடு ஒரிஜினல் ஆர்.சி. புத்தகத்தையும் கொண்டு வருமாறு கூறினார்.

நர்ஸிடம் வீடு வரை சென்று வந்துவிடுவதாகவும் அவசர மென்றால் அலைபேசியில் அழைக்கவும் என்று வேண்டிக் கொண்டு வீட்டிற்குப் புறப்பட்டான். மூன்று நாட்களாக அவசரச் சிகிச்சைப் பிரிவில் காத்திருப்பது பெரும் மனப்பாரம் என்றால், குழந்தைக்கு ஒன்றும் பிரச்சினையில்லை என்று தேவியிடம் சமாதானம் கூறி அவளைச் சமநிலையில் வைத்திருக்க முயல்வது இன்னும் வேதனையைத் தந்தது. இத்தனை மருத்துவ உபகரணங்களுடன் குழந்தை மூச்சுக்குப் போராடுவதை அவள் பார்க்காமல் இருப்பதே பரவாயில்லையென்று தோன்றியது.

ஏறுவெயில் முகத்திலடிக்க வண்டியைச் செலுத்தியபடி வீட்டிற்கு வந்தான். மொபைலில் 'பேட்டரி லோ' சிக்னல் காட்ட முதலில் அதனைச் சார்ஜில் போட்டான். பீரோவில் ஆர்.சி. புக்கைத் தேடியெடுக்கையில் அதோடு இருந்த வாழ்த்து அட்டையும் மெடலும் அவன் கண்ணில் பட்டன. நெடுந்தூரப் புறாப் பந்தயத்தில் தான் வளர்த்த புறா முதலாவதாக வந்ததற்காகப் பரிசாக வழங்கப்பட்ட பைக் அது. வண்டியை எடுத்துக் கொண்டு வீட்டை விட்டுப் புறப்படுகையில் மூன்றுநாட்களாக மாடியில் இருந்த புறாக்களைக் கவனிக்கவில்லை என்ற நினைப்பு வந்தது.

வண்டியை வாசலில் நிறுத்திவிட்டு வீட்டின் மொட்டை மாடியில் அமைந்திருந்த புறாக் கூட்டிற்குச் சென்றான். பந்தயப் பயிற்சிக்காக வானில் பறக்கவிடுகின்ற சமயம் போக மற்ற நேரங்களில் அவை கூண்டிற்குள்ளேயேதான் இருக்கும். இப்போது இனப்பெருக்கக் காலம் என்பதால் தோதான புறாக்களை இனம் பிரித்து ஜோடி சேர்த்துத் தனித்தனி கூண்டு களில் வைத்திருந்தான். அனைத்துக் கூண்டுகளிலும் இரண்டு

நாட்களுக்கு வருகின்ற மாதிரி இரையும் தண்ணீரும் எப்போதும் வைத்திருப்பான். இப்போது மூன்று நாட்களாகிவிட்டபடியால் எல்லாம் தீர்ந்து போகின்ற நிலைக்கு வந்திருந்தது. மாடிக்கு வந்தது நல்லதாகிப் போனது என்று நினைத்தான். எல்லாக் கூடுகளிலும் தேவைக்கும் அதிகமாய் தீனியையும் தண்ணீரையும் நிரப்பிவைத்தான். கடைசியாய் மூடப்போன கூண்டில் ஏதோ வித்தியாசத்தை உணர்ந்தவனாய் அதனை மீண்டும் திறந்து பார்த்தான். உள்ளே அடைப்பெட்டியில் இரண்டு குஞ்சுகள் இருந்த இடத்தில் ஒரு குஞ்சு மட்டுமே இருந்தது. அடைப் பெட்டியை விலக்கிவிட்டுப் பின்னால் பார்த்தால் இன்னொரு குஞ்சு கீழே கிடந்தது. கீழே தவறி விழுந்ததாலோ அல்லது உணவுப் பற்றாக்குறையினாலோ தெரியவில்லை. இரண்டு நாட்களாய் அதன் தாய் தந்தை அதற்கு உணவூட்டாமல் விட்டிருக்கிறது. அது சாகப் பிழைக்கக் கிடப்பதைப் பார்க்க அவன் மனசு பொறுக்கவில்லை. எறும்பு, பூச்சிகள் கடித்த இரத்தத் தடயமும் ஒட்டிப் போன இரைப்பையுமாய் அதன் உடலில் லேசாக உயிர் ஒட்டிக்கொண்டிருந்தது. அதனை மீண்டும் அடைப்பெட்டியில் வைத்துவிட்டுச் சிறிது நேரம் விலகி நின்று காத்திருந்தான்.

அடைப்பெட்டிக்குள் வந்த அதன் தாய் தந்தைப் புறாக்களுக்கு இரத்தத் திட்டுகளுடன் அவலட்சணமாக இருந்த அந்தப் பிஞ்சு ஜீவனை அடையாளம் தெரியவில்லை. தனது ஒற்றைக் குஞ்சிற்கு ஆபத்து விளைவிக்க வந்து இடையூறு என்பதாய் அதனை நினைத்து, அடைப்பெட்டியிலிருந்து கொத்தி மீண்டும் கீழே தள்ளி விட்டன. இனி அவை அந்தக் குஞ்சினை ஏற்றுக்கொள்ளாது என்பதனை உணர்ந்தவனாக, அதனை எடுத்துக் கீழே வீட்டிற்குக் கொண்டு வந்தான். உயிருக்குப் போராடும் அந்தக் குஞ்சுப் பறவையைப் பார்க்கையில் அவனுக்குத் தனது குழந்தையின் பிஞ்சு முகம் தோன்றியது.

அதன் உடலில் ஒட்டியிருந்த எறும்பு, சிறு பூச்சிகளை மெதுவாக அப்புறப்படுத்தினான். அடுப்பில் வெந்நீர் கொதிக்க வைத்து சிறு துணியை அதில் நனைத்து கைபொறுக்கும் சூட்டில் அதன் உடலில் மெதுவாகத் துடைத்துவிட்டான். அடுப்படியிலிருந்து மஞ்சள் தூள் எடுத்து வந்து, அதன் காயங்களில் தடவினான். அரைத்து வைத்திருந்த தானியத்தை ஒரு சிறு கிண்ணத்தில் போட்டு அதில் வெந்நீர் விட்டு நன்றாகக் கலக்கினான். ஒரு சிரஞ்சை எடுத்து, அதில் தானியக் கூழை நிரப்பினான். புறாக்குஞ்சுகளின் இரைப்பையைத் தாங்குகிற சூடு அவனுக்குத் தெரியுமாதலால் அந்தப் பதத்தில் தானியக்

கூழைத் தயாரித்து வைத்தான். ஆரோக்யமான நிலையில் இருக்கும் புறாக்குஞ்சு எப்போதும் உணவிற்காகக் கழுத்தை உயர்த்தி அலகைத் திறந்தபடிச் சத்தம் கொடுத்துக்கொண் டிருக்கும். இரண்டு நாள் பசி, உடலெங்கும் ஏற்பட்ட காயம் ஆகியவற்றால் அந்தக் குஞ்சுப்பறவையால் கண் திறந்து பார்க்கக் கூட முடியவில்லை.

குமாருக்கு விளக்கவியலா ஆக்ரோசமும் வைராக்கியமும் தோன்றின. சிறகு முளைக்காத அந்தச் சிறிய பறவையில் தன்னுடைய குழந்தையின் உயிர் இருப்பதாக அவன் நம்பினான். அந்தக் குஞ்சுப் பறவை தான் ஊட்டுகின்ற உணவை உட்கொள்ளத் தொடங்கிவிட்டால் தன் மகனின் மேனியில் படிந்திருக்கும் நீலம் குறையத்தொடங்கிவிடும் என்று அவனுக்குத் தோன்றியது. "வாயைத் திறந்து கொஞ்சம் உணவை வாங்கிக்கொள் பறவையே" என்று அவன் அதனிடம் மானசீக மாக மன்றாடினான். அது தன் உடலெங்கும் இருந்த புண்களின் வேதனையைத் தாங்க முடியாமல் கண்களை மூடியபடி தலையைக் கவிழ்த்துக்கொண்டது. சிறிது நேரம் அதனை உற்றுப்பார்த்துக்கொண்டிருந்தவன் தாங்க முடியாத குற்றவுணர்ச்சிக்கு ஆளானான்.

தானியக் கூழின் கலவை சற்று ஆறிப்போய்க் கொட்டப் பட்டிருப்பதை உணர்ந்த அவன் மீண்டும் சிறிது வெந்நீர் விட்டுக் கலக்கினான். இன்னொருமுறை சிரிஞ்சில் ஏற்றினான். இம்முறை அதன் முற்றாத அலகை சற்று அழுத்தமாக தன் இடது கைவிரல்களினால் திறந்து பிடித்தபடி வலது கையிலிருந்த சிரிஞ்சின் மூலம் கொஞ்சம் தானியக் கூழை அதன் வாயினுள் புகட்டினான். ஒரு நொடி அதன் மெல்லிய கண்ணாடிக் கழுத்து வழி உணவு உள்ளே செல்வது தெரிந்தது. அடுத்த நொடி புறாக்குஞ்சு அவன் பிடியை உதறியபடித் தலையை வேகமாக அசைத்தது. உட்செலுத்திய கொஞ்சம் உணவும் அதன் வாய்வழி யாகவும் நாசிவழியாகவும் வெளியேறியது. அது மீண்டும் மீண்டும் தன் தலையை உதறி உணவு முழுவதையும் வெளியேற் றியது. அவனது அச்சம் இன்னும் அதிகரித்தது. அருகில் வைத்திருந்த சிறு துணியை லேசாக வெந்நீரில் தொட்டு நனைத்து உணவு தெறித்திருந்த அதன் உடல் முழுவதையும் அதற்கு வலிக்காதபடி மெதுவாகத் துடைத்துவிட்டான். அது மீண்டும் கண்களை மூடித் தலையைக் கவிழ்த்துக்கொண்டது. அவன் அதனை மிக மெதுவாக எடுத்து மரத்தூள், சலித்த ஆற்றுமண் கலந்து பரப்பிய சிறிய மரப்பெட்டிக்குள் வைத்து விட்டு எறும்பு அண்டாமல் இருக்கப் பெட்டியைச் சுற்றி எறும்புப்

பொடியைத் தூவிவிட்டான். ஜன்னல்கள் அனைத்தையும் சரியாகச் சாத்திவிட்டுப் பூனை, எலி எதுவும் அண்டாது என்று மீண்டுமொரு முறை உறுதிசெய்தான்.

கம்பெனிக்குச் சென்று வண்டியைக் கொடுத்துப் பணத்தைப் பெற்றுக்கொண்டு மருத்துவமனை செல்ல வேண்டும் என்று நினைத்தவன் சற்று நேரம் மரப்பெட்டியைப் பார்த்தபடி நின்றான். குஞ்சுப்பறவைக்குக் கொஞ்சம் தண்ணீர் மட்டும் கொடுத்துப் பார்க்கலாம் என்று நினைத்தான், தன் வாயில் மிதமான சூட்டில் வெந்நீரை எடுத்து அரை மயக்கத்திலிருந்த புறாக்குஞ்சின் அலகினைத் தன் வாயோடு பொருத்தி கொஞ்சம் தண்ணீரை அதன் வாயினுள் ஊதினான். தண்ணீர் கண்ணாடிக் கழுத்து வழியே இரைப்பைக்குள் இறங்கியது. அடுத்த வாய்வைத்து மீண்டும் ஊதும்போது அதுவரை இருந்த புறாக்குஞ்சின் உடல் சூடு குறைந்து சில்லிட்டுப் போய்க் கழுத்து தொங்கி விழுந்தது. தனது உள்ளங்கையில் அந்தச் சின்னஞ்சிறிய பறவையின் உயிர் பிரிந்து செல்வதை அவனால் உணர முடிந்தது. சற்று நேரம் அதனை உள்ளங்கையில் தாங்கியபடி நின்றவன் பின்பு கொல்லையில் சிறு குழிவெட்டி அதனைப் புதைத்தான்.

புறாக்களைச் சரியாகப் பராமரிக்கும் தனது கடமையி லிருந்து தவறியதால்தான் ஒரு உயிரை இழக்க நேர்ந்தது என்று அவன் நம்பினான். அது அவனது மனஅழுத்தத்தை இன்னும் அதிகரித்தது. தன் தவற்றின் சாபம் தன் மகனைத் தீண்டுமே என்று அச்சங்கொண்டவன் அப்படியே பிரமை பிடித்தவன் போல் அமர்ந்திருந்தான். எவ்வளவு நேரம் சென்றதென்று தெரிய வில்லை.

திடீரென விழிப்பு வந்தவனாய் வீட்டைப் பூட்டிவிட்டு வெளியே வந்தான். அப்போதுதான் மருத்துவமனையிலிருந்து எதுவும் அழைப்பு வந்திருக்கிறதா என மொபைலைத் தேடினான். வீட்டினுள் சார்ஜ் போட்டது நினைவுக்கு வர மீண்டும் வீட்டைத் திறந்து சார்ஜரில் மாட்டியிருந்த மொபைலை வேகமாக எடுத்துப் பார்த்தான். அவனது மனைவியின் எண்ணிலிருந்து ஏழுமுறை தவறிய அழைப்புகள் பதிவாகியிருந்தன. அதற்கு முன் மருத்துவமனை தரைவழித் தொலைபேசியிலிருந்து ஒருமுறை அழைத்திருக்கிறார்கள். நேற்றிரவு மருத்துவமனையில் மொபைலை சைலண்ட்டில் போட்டிருந்தவன் அப்படியே விட்டிருக்கிறான். அழைப்பு வந்தது எதுவும் தெரியவில்லை. அவசரமாக மருத்துவமனை எண்ணிற்கு மீண்டும் அழைத்தான். அந்த எண்ணில் யாரும் பதிலளிக்கவில்லை. மனைவியின் எண்ணிற்கு அழைத்தான். ஒருமுறை ரிங் அடிப்பதற்கு முன்பாகவே அவள் பதிலளித்தாள்.

“எங்கங்க போனீங்க. தம்பி ஆஸ்பத்திரில இருந்து கூப்பிட்டாங்க. உங்களை உடனே வரச் சொன்னாங்க?”

“ட்யூட்டி நர்ஸ்ட்ட சொல்லிட்டு இப்போதான் வீட்டுக்கு வந்தேன். சரி, இப்போ கிளம்புறேன்.”

“அதுக்குள்ள மாடில போய் உட்கார்ந்துட்டீங்களாக்கும். உங்களுக்கு அதுதான் முக்கியம்”

அவன் பதிலேதும் பேசாமல் அழைப்பைத் துண்டித்து விட்டு கம்பெனியில் தன்னுடன் வேலை பார்ப்பவரை அழைத்து, தான் உடனே மீண்டும் மருத்துவமனை செல்ல வேண்டியிருப்ப தால் பிறகு வந்து வண்டியைத் தருவதாகக் கூறிவிட்டு மருத்துவ மனைக்கு விரைந்தான்.

கீழே அடித்தளத்திற்குச் சென்று அவசரச் சிகிச்சைப் பிரிவு அறையை நோக்கி ஓடினான். அங்கே காத்திருந்த மற்றவர்கள், இவனைப் பார்த்ததும், “இந்நேரம் வரை உங்களைத்தான் கூப்பிட்டுட்டு இருந்தாங்க. இப்போதான் குழந்தையைக் கொண்டு போறாங்க” என்றனர். குமாருக்கு அழுகை முட்டிக் கொண்டு வந்தது. பல்லைக் கடித்தபடி இரண்டிரண்டு படிகளாக நான்கு மாடி ஏறினான். மேலே சென்று மூச்சிரைத்தபடி அங்கே ஸ்பெஷல் ஐ. சி. யூவிற்கு முன்பிருந்த அறையில், “தேவி பேபியோட அப்பா” என்றான்.

அங்கிருந்தவர் உள்ளே சென்று ஒரு நர்ஸை அழைத்து வந்தார். அந்த நர்ஸ், “எப்போ இங்கே ஷிஃப்ட் பண்ணாங்க?” என்றாள்.

“இப்போதான். இன்னிக்கு காலைல” அவனுக்கு இதயம் வெடித்துவிடும்போல இருந்தது.

“என்ன பேரு சொன்னீங்க?”

“தேவியோட பேபி – ஆண் குழந்தை.”

“ஒரு நிமிஷம் இருங்க” என்றவள் அருகிலிருந்த இண்டர்காமில் அழைத்து யாரிடமோ பேசினாள். பின் இவனிடம் திரும்பி, “சார், நீங்க கிரவுண்ட் ஃப்ளோர் ரூம் நம்பர் 101 போங்க” என்றாள்.

அவன் என்னவென்று புரியாமல் மீண்டும் வேகமாகத் தரைத்தளத்திற்கு வந்து 101 அறையைத் தேடிச் சென்றான்.

அங்கே வழக்கமாக அவசரச் சிகிச்சைப் பிரிவுப் பணியில் இருக்கும் நர்ஸ் கையில் இவனது குழந்தையைத் தூக்கி வைத்த படி நின்றிருந்தாள். வயர்கள், ப்ளாஸ்த்திரிகள், ஆக்ஸிஜன்,

சலைன் எல்லாம் எடுக்கப்பட்டு ஒரு வெள்ளைத் துணியால் சுற்றப்பட்டிருந்தது குழந்தை.

நர்ஸ் இவனைப் பார்த்ததும் கோபமாகக் கூறினாள்.

"சார், உங்களை எவ்வளவு நேரமாத் தேடுறது? சீஃப் டாக்டர் உங்க பேபியை நார்மல் வார்டுக்கு ஷிஃப்ட் பண்ணச் சொல்லிட்டாரு. தாய்ப்பால் கொண்டுவரச் சொன்னோமே இன்னும் கொண்டு வரலியா? உங்க பையன் பசி பொறுக்காம எப்படி துள்ளிட்டு இருக்கான் பாருங்க!"

மிருதுவான இளஞ்சிவப்பு உள்ளங்கால்களை உந்தித் தள்ளியபடி அவனைப் பார்த்துச் சிரித்தது குழந்தை. அவன் பேச வார்த்தையேதுமின்றி வாய்விட்டுக் கதறியழுதான்.

(ரியாத் தமிழ்ச்சங்கம் சார்பாக நடத்தப்பட்ட உலகளாவிய சிறுகதைப் போட்டி 2022இல் இரண்டாம் பரிசு பெற்ற கதையின் நீண்ட வடிவம்.)

கசப்பின் கடைசித் துளி

பெங்களூருவிலிருந்து மதுரைக்கு உடனடி யாகக் கிளம்ப ஆயத்தமான கணேசனுக்குத் தன்னை மீறிய ஏதோவொரு பெரிய தடை நிகழ்ந்து, தான் அங்கே செல்ல முடியாத நிலை வந்துவிடாதா என்ற ஏக்கம் மனதோரம் ஒட்டிக் கொண்டிருந்தது. அநிச்சையாக அவன் உடல் பெங்களூருவிலிருந்து ஒவ்வொரு தடையாகத் தாண்டி வெளியேறிக்கொண்டிருந்த போதும் அவனது மனத்தயக்கம் அவனைப் பின்னிழுத்த படியே இருந்தது. நோயுற்றிருக்கும் அம்மாவைச் சென்று உடனடியாகப் பார்த்தாக வேண்டும் என்ற உந்துதலையும் மீறி அம்மாவுடன் திலகா இருக்கிறாள் என்ற எண்ணம் அவனை விதி வழி ஏற்படும் ஒரு தடங்கலுக்காக ஏங்க வைத்தது.

கணேசன் பன்சங்கரியிலிருந்து சில்க் போர்டு வருகின்றவரை பெரிய பிரச்சினைகள் எதுவும் வரவில்லை. சில்க் போர்டு சோதனைச் சாவடியில் நின்ற காவலர்கள் தமிழ்நாடு பதிவெண் கொண்ட அவனது வண்டியைப் பார்த்ததும் துணுக்குற்று வேகமாக லத்தியை வைத்து மறித்து பைக்கை நிறுத்திச் சாவியைப் பிடுங்கிக்கொண்டார்கள். பின்னால் வரிசையாக இன்னும் பத்துப் பதினைந்து வண்டிகள் நிறுத்திவைக்கப்பட்டிருந்தன. கணேசன் தயக்கத்துடன் எடுத்துக் காட்டிய அலுவலக அடையாள அட்டைக்கு எந்த மதிப்புமில்லை. கணேசன் கெஞ்சும் தொனியில் "அம்மா முடியாமல்

இருக்காங்க. உடனே போயாகணும்!" என்று உடைந்த கன்னடத்தில் அனுமதி கேட்டான்." அம்மா செத்துட்டாங்கன்னா மட்டும் வீடியோ கால் போட்டுப் பிணத்தைக் காட்டிட்டு ஊரைத் தாண்டிப் போகலாம். இல்லாட்டி அனுமதி இல்ல" என்று ஊரடங்கு விதிகளைக் காவலர் ஒப்புவித்தார். கணேசன் பதிலேதும் பேசாமல் அமைதியாகக் கைகளைக் கட்டி நின்றிருந் தான். உள்ளூர் பதிவெண் கொண்ட வண்டிகள் அனைத்தும் திருப்பியனுப்பப்பட்டன. இடையில் காவலர் ஒருவர், "மற்ற மாநில வண்டிகளைச் சாலையில் அனுமதிக்க முடியாது. வண்டியை அங்கேயே விட்டுவிட்டுச் சென்றுவிடுங்கள். பதினைந்து நாள் கழித்து மடிவாலா காவல் நிலையத்தில் வந்து வண்டியை எடுத்துச் செல்லலாம்" என்று கூறினார்.

திலகா மீதான அவனின் கசப்பின் பித்தம் தொண்டைக் குழியில் இன்னும் தேங்கியிருப்பதை கணேசன் உணர்ந்தான். அவள் புழங்கிய நினைவுகளின் வெம்மையிலிருந்து தூரமாகப் போய்விட வேண்டுமென்றுதான் இத்தனை கிலோமீட்டர்கள் தள்ளி பெங்களூருவுக்குக் குடிபெயர்ந்திருந்தான். அவளுட னான ஒரு வருட வாழ்வை அழிக்க முடியுமானால், தான் தனது களங்கமின்மை நிலைக்குத் திரும்பிச் செல்ல முடியுமானால் எப்படியிருக்கும் என்று ஒரு கணம் நினைத்தான். காலத்தை ரணமாக்கிய நினைவுகளை அவ்வளவு எளிதில் அழிக்க முடியாதென உணர்ந்தவன், தொண்டைக் குழியிலிருந்து காறிச் சாலையோரம் உமிழ்ந்தான். வாகனங்களைச் சோதனை யிட்டுக் கொண்டிருந்த காவலர் அவனை ஓரக்கண்ணால் முறைத்துப் பார்த்தார்.

கணேசனுடன் நின்றிருந்த இன்னும் இரண்டு மூன்று பேர், ஒவ்வொருவராகத் தங்கள் வண்டிகளை விட்டுவிட்டுக் கிளம்பிச் சென்றனர். கணேசன் எங்கும் நகராமல் அதே நிலையில் நின்றுகொண்டிருந்தான். காவலர் அவனருகில் வந்து அதிகாரத் தோரணையில், "ஏனு சமாச்சாரா?" என்று மீண்டும் கேட்டார். அவன் வரவழைத்துக்கொண்ட பணிவுடன், "அம்மா ஒசூர்ல தனியா இருக்காங்க. உடம்பு முடியல. உடனே போயாகணும்" என்றான். அவன் ஒசூர் என்றதும் அவரின் கடுமை லேசாகக் குறைவதுபோல அவனுக்குத் தோன்றியது. இன்னும் சற்று நேரக் காத்திருப்புக்குப் பின், ஒசூர் முகவரிச் சான்றிதழ் இருக்கிறதா என்று கேட்டார் காவலர். அவர் கேட்டவை அவனிடமில்லை. அவன் எதுவும் பேசாமல் அமைதியாக நின்றான். அவன் தான் ஒசூரைச் சேர்ந்தவன் என்று கூறியதைக் காவலர் நம்பியதற் கான அறிகுறி அவர் முகத்தில் தெரிந்தது. அதன் பின்னும் சிறிது நேரம் எடுத்துக்கொண்டு, வண்டிச் சாவியை அவனிடம் கொடுத்தார். கணேசன் நன்றிதெரிவிக்கும் தொனியில் தன்

நெஞ்சில் கை வைத்துத் தலையைக் குனிந்தவாறு வண்டி கிக்கரை உதைத்தான். அவன் மனத்திற்குள் சிறு ஏமாற்றம் துளிர்விட்டு மறைந்தது.

திலகாவுடனான முதல் பிணக்கு, அவள் அடிக்கடி அடுத்த தெருவில் இருக்கும் தன் அம்மா வீட்டில் போய் அமர்ந்து கொண்டு அங்கே அவனைச் சாப்பிட வரச் சொல்வதில் தொடங்கியது. திருமணத்தின் மறுநாளில் இருந்தே அந்த வீடு அவனுக்கு உவப்பானதாக இருந்ததில்லை. ஒற்றைப் பிள்ளை யாய் வளர்ந்தவனுக்கு அந்தப் பெருங்குடும்பத்தின் கிண்டலும் சிரிப்பும் தன்னைச் சீண்டுபவையாகவே தோன்றின. தன்மையாய் அவளிடம் எடுத்துச் சொன்ன போதும் அதனை அவள் எப்போதும் உள்வாங்கிக்கொள்ளவே இல்லை. அந்த வீட்டிற்குள் நுழையும்போதெல்லாம் ஐந்துதலை நாகம் படமெடுத்து வந்து தனது உடல் முழுவதையும் விழுங்குவதைப் போலவே உணர்ந்தான். தான் உள்ளிழுக்கப்படுவதைத் தவிர்க்கும்பொருட்டுத் தன் கால்களை உதைத்துத் தன்னைத் தானே வெளியே தள்ளினான். அவன் உதைத்தது முற்றத்தில் குடும்பம் மொத்தமும் அமர்ந்திருக்கும் வேளையில் அவள் வயிற்றில் சரியாகப் பட்டது. குடும்பம் வீட்டுக்கு வெளியே நடுத்தெருவில் வைத்து அவனுக்குப் பதில் மரியாதை செய்தது. அவன் அவிழ்ந்த வேட்டியை எடுத்துக்கட்டிக்கொண்டு தன் வீட்டிற்கு வந்தான்.

கர்நாடக எல்லையான அத்திப்பள்ளி சுங்கச் சாலை மூடி முத்திரை வைக்கப்பட்டிருந்தது. சுங்கச் சாவடிக்கு ஒரு கிலோ மீட்டர் முன்னமே சவுக்குக் கட்டைகள் தடுப்புகள் அடைத்து நெடுஞ்சாலை முழுவதையும் மறைத்திருந்தனர். தற்காலிகச் சோதனை மையங்கள் அமைப்பதற்காக லாரியிலிருந்து வந்து இறங்கியிருந்த உலோகத் தகடுகளும் இரும்புக் கழிகளும் சாலை நடுவில் ஆங்காங்கே குவிந்துகிடந்தன. வழமையாக சுங்கச் சாவடியின் இருமருங்கிலும் வாகனங்கள் அப்பிப்போய்ப் போக்குவரத்து நெரிசலாலும் தொடர் ஒலி இரைச்சல்களாலும் பிதுங்கிப் போயிருக்கும் சாலை வெறிச்சோடிக் கிடந்தது. மூன்று அடுக்குகளாக நின்றுகொண்டிருந்த காவலர்கள் பெங்களூருவி லிருந்து வரும் சொற்ப வாகனங்களையும் நிறுத்தி விசாரித்துத் திருப்பி அனுப்பிக்கொண்டிருந்தனர். பெருந்தொற்றின் பரவலைக் குறைக்க எல்லைகள் தாண்ட முடியாத அரண்கள் அமைக்கப்பட்டுக் கர்நாடகாவும் தமிழ்நாடும் தனித்தனித் தீவுகளாக மாறியிருந்தன.

சில்க் போர்டிலிருந்து எலக்ட்ரானிக்ஸ் சிட்டி, சந்தாப்புரா பகுதிகளைத் தாண்டி வந்த கணேசன், அத்திப்பள்ளி சுங்கச்

சாலையை அடையும் பாலத்தில் ஏறாமல் பாலத்திற்கு அடியில் வலது புறம் திரும்பி உள்ளே இருக்கும் ஆனேக்கல் கிராமத்தின் வழியாக பைக்கைச் செலுத்தும்போது லேசாகத் தூறல் விழத் தொடங்கியது. ஆனேக்கல் வழியாக ஒசூர் செல்லும் சாலையையும் அடைத்துவைத்திருக்கிறார்கள் என்று அறிந்தவன் ஆனேக்கல் ஊரைத் தாண்டி வயல்வெளிகளின் வழியாக மக்கள் நடந்து போவதற்காகப் பயன்படுத்தும் ஒற்றையடிப் பாதையில் பைக்கை விட்டான். ஏற்கெனவே அந்த வழியில் இரண்டொரு பைக்குகள் முன்னே சென்றுகொண்டிருந்தன. அவற்றின் பின்னே இவனும் நூல்பிடித்தபடி வண்டியைச் செலுத்தினான். சரியான பாதையில்லாமல், பாதையெங்கும் குண்டும் குழியுமாக இருந்தது. சமீபத்திய மழையில் சேறும் சகதியும் மண்டிப்போயிருந்தன. இப்போது தூறல் வலுத்துக் காற்றோடு பரசி வேகமாக வீசியபடி இருந்தது.

திலகா தன் வீட்டிற்குச் செல்லக் கூடாது என்று பிறப்பித்த ஆணையின் பின்விளைவு அவளுக்கும் அவன் அம்மாவுக்கு மான இணக்கத்தில் விரிசல் ஏற்படுத்தியது. இவனைத் தாக்க வாகாகக் குறி சிக்காத சமயங்களில் இவனது அம்மாவைக் குத்தியும், முனை மழுங்காத ஆயுதத்தைக்கொண்டு இவனையும் தாக்கத் தொடங்கினாள். கணேசன் தானும் தன் அம்மாவும் மட்டும் இருந்த வாழ்க்கைக்குச் செல்லும் வழியைக் கடந்து வந்ததும் அடைத்துக்கொள்ளும் ஒற்றையடிப் பாதையில் பின்னோக்கித் தேடத் தொடங்கினான்.

பெங்களூரு எல்லையைக் கடந்து ஒசூரை அடைந்து விட்டால் அங்கிருந்து எப்படியும் இரவோடு இரவாக மதுரைக்குச் சென்றுவிட முடியும் என்று கணேசன் நம்பினான். ஏற்கெனவே மதுரையிலிருந்து பெங்களூருவுக்கு பைக்கில் வந்திருக்கிறான். சென்ற வருடம் பெங்களூருவுக்கு வந்து வேலைக்குச் சேர்ந்த பிறகு பணி நிமித்தமாக வாடிக்கையாளர் அலுவலகங்களுக்கு அவ்வப்போது செல்ல வேண்டியிருந்தது. அதற்காக மதுரையில் தூசி மண்டி நின்றுபோயிருந்த பைக்கை சர்வீஸ் செய்து, பெங்களூரு வரை தானே ஓட்டி வந்திருந்தான். ஆனால் அது சாதாரண சூழ்நிலையில் எந்தத் தடையுமின்றித் தேசிய நெடுஞ்சாலை வழி வந்த பயணம். ஆனால் இப்போது இரண்டு மாநிலங்களுக்கும் இடையேயான சாலைப் போக்குவரத்து முழுதாகத் தடைசெய்யப்பட்ட நிலையில் வேறு வழியின்றித் தெரியாத பாதையில் வயல்வெளிகளுக்கு ஊடான ஒற்றையடி வழியாகத் தட்டுத் தடுமாறிச் சென்றுகொண்டிருந் தான். அவன் மனம் அவனைப் பின்னோக்கி இழுத்துக் கொண்டிருந்தது.

இருவருக்கும் மூச்சுமுட்டத்தொடங்கியதும் முதல் அடியை திலகாவே எடுத்துவைத்தாள். அவள் மீண்டும் அடுத்த தெருவி லிருக்கும் தன் அம்மா வீட்டிற்குச் சென்றுவிட்ட பிறகு இருவருக்குமிடையேயான தூரம் இன்னும் அதிகரித்தது. விடுதலை விண்ணப்பம் வந்து வழக்காடு மன்றம் கொடுத்த அலக்கழிப்பில் அவளிடமிருந்து கண்காணாத தூரத்திற்குச் சென்று தான் பட்ட அவமானங்களைத் துடைத்துக் கழுவிவிட வேண்டுமென்ற முனைப்பு அவனுக்குள் விருட்சமாக வளர்ந்து கிளைவிட்டு வேர் பரப்பியது. விளைவாக மதுரையை விட்டு பெங்களூருவுக்குக் கிளம்பினான்.

கொத்தகொண்டபள்ளி சோதனைச் சாவடியை தவிர்த்து டிவிஎஸ் கம்பெனியின் பின்புறம் சென்று ஒசூரை அடைந்தான். பிரதான சாலையை அடையும்போது மழை நின்றிருந்தது. வண்டியை ஓரமாக நிறுத்திவிட்டு ஹெல்மெட்டைக் கழற்றி னான். முழுக்க நனைந்திருந்த ஜெர்க்கினுக்குள் கையை விட்டு, சட்டைப்பையிலிருந்து ஃபோனை எடுத்து அம்மா எண்ணிற்கு அழைத்தான். மூன்று, நான்கு முறை முயன்றும் பதில் இல்லை. கடைசியாக பெங்களூருவிலிருந்து கிளம்பும் முன் பேசியிருந் தான். இரவுக்குள் எப்படியும் வந்துவிடுவதாகக் கூறியிருந்தான். விஷயம் கேள்விப்பட்டு திலகா வந்து தன்னுடன் இருப்பதாக அம்மா கூறினார். கணேசனுக்கு என்ன பதில் சொல்வதெனத் தெரியவில்லை.

சற்றுநேரம் வண்டியில் அமர்ந்தபடியே காத்திருந்தான். மீண்டும் மழை வலுக்கத் தொடங்கியது. அலைபேசியை மீண்டும் சட்டைப் பைக்குள் வைத்து ஜெர்க்கினை இழுத்து விட்டு ஹெல்மெட்டை மாட்டிக்கொண்டு பைக்கைக் கிளப்பினான். ஒசூர் ஊருக்குள் செல்லாமல் இராயக்கோட்டை சாலைவழியாக தருமபுரியைத் தாண்டினான். சின்னச் சின்ன ஊர்கள் வழியாக ஏதேதோ பாதையைப் பிடித்துச் சேலத்தை நெருங்கும்போது நேரம் முழுவதுமாக இருட்டிவிட்டது. வந்த வழியெங்கிலும் ஓரிடத்தில்கூட உணவகங்களோ தேநீர்க் கடைகளோ திறந்திருக்கவில்லை. ஊரடங்குத் தீவிரமாகக் கடைப்பிடிக்கப்பட்டிருந்தது. பசியும் சோர்வும் அவனைத் தின்று கொண்டிருந்தன. அவன் பைக்கில் வெறுமனே அமர்ந்திருந்தான். வண்டி மெதுவாகச் சென்றுகொண்டிருந்தது.

கணேசன் முதல் நாள் இரவு சாப்பிட்டது. இன்று காலையிலேயே அம்மா எண்ணிலிருந்து அழைப்பு வந்தது. எடுப்பதற்குள் அழைப்பு துண்டிக்கப்பட்டுவிட்டது. மீண்டும் அவன் அழைத்தபோது அம்மாவால் சரியாகப் பேச முடிய வில்லை. எப்போதும் அம்மா அவனை அழைப்பதில்லை.

அவனாகத் தோன்றும்போது மாதத்தில் இரண்டு மூன்று தடவை அழைத்துப் பேசுவான். பெருந்தொற்றின் காரணமாக நாடெங்கும் ஊரடங்கு அமல்படுத்திய கடந்த ஒரு வாரத்தில் இரண்டு முறை அழைத்திருந்தான். நேற்று இரவு பேசியபோது அம்மா குரலில் மாற்றம் தெரிந்தது. என்னவென்று விசாரித்ததும் முதலில் ஒன்றுமில்லை என்று மழுப்பியவர் பிறகு அழுத்திக் கேட்டதும் "லேசா உடம்பு கனகனன்னு இருக்கு. கசாயம் குடிச்சிருக்கேன். தூங்கி எந்திருச்சா சரியாயிரும். ஒண்ணும் பிரச்சினை இல்ல" என்று கூறியிருந்தார். கடைகள் அனைத்தும் அடைக்கப்பட்டிருந்ததால் அவன் சாப்பாட்டுக்கு என்ன செய்கிறான் என்பதைத்தான் மீண்டும் மீண்டும் கேட்டுக் கொண்டிருந்தார். அவன் தன் அறையில் இருக்கும் மற்றொருவர் சமைக்கிறார், ஒன்றும் பிரச்சினையில்லை என்று கூறிய போதும் அதையே புலம்பிக்கொண்டிருந்தார்.

அவன் மதுரையிலிருந்து பெங்களூரு கிளம்பிவரும்போதே "சாப்பாட்டுக்கு என்ன பண்ணுவ. ஒரு வீட்டைப் பாரு, நானும் உங்கூடவே வந்துர்றேன்" என்று கூறியிருந்தார். கணேசன்தான், அம்மா உடனிருந்தால், எதை மறக்க நினைக்கிறானோ அதையே மீண்டும் மீண்டும் நினைவுபடுத்திக்கொண்டிருப்பார் என்று, "எனக்கு ஊர் செட்டானதும் வீடு பார்த்து உன்னைக் கூட்டிட்டுப் போறேன்" என்று ஒரு வருடமாகத் தவிர்த்து வந்தான். அம்மாவிற்கு உடல்நிலை சரியில்லை என்று தெரிந்ததும் "கிளம்பி வரவா?" என்றான். "இல்ல, எனக்கு ஒண்ணும் இல்ல. நான் பாத்துக்குறேன். நீ ஜாக்கிரதையா இரு!" என்றே நேற்றிரவு கூறியிருந்தார்.

தனது சாப்பாடு குறித்து அம்மா கொண்டிருந்த கவலை தான் தன் வாழ்க்கையை இப்படிச் சீரழிக்கிறதோ என்று அப்போது நினைத்துக்கொண்டான். திலகா அவன்மீது கொண்டிருந்த வெறுப்பு பொறியாகத் தெறிக்கத் தொடங்கியது அவளது சமையலை அம்மாவின் சமையலோடு ஒப்பிட்டுப் பேசியபோதுதானே என்ற எண்ணம் தன்னெழுச்சியாக மேலெழும்பி வந்தது. இல்லை அது காரணமில்லை. அது இல்லை யென்றாலும் வேறு ஏதேனும் ஒரு விஷயம் அவள் சூடேறி வெடித்துச் சிதறுவதற்கான கனலாக இருந்திருக்கும். அவனது சின்ன கட்டுக்குள் அவளால் மனமொப்பி ஒடுங்கி இருந்திருக்கவே முடியாது என்று தன்னைத் தானே சமாதானம் செய்துகொண்டான்.

இன்று அதிகாலை நேரத்தில் அம்மாவிடமிருந்து அழைப்பு என்றதுமே அவன் நெஞ்சம் திம்மென்றாகியது. அவன் திரும்பி அழைத்துப் பேசும்போது என்றுமில்லாத

பதற்றத்தை அம்மாவின் குரலில் அவனால் உணர முடிந்தது. நேற்று நள்ளிரவில் மூச்சிரைப்பு அதிகமாகவே ஏதேதோ கைவைத்தியம் செய்து பார்த்திருக்கிறார். எதுவும் சரிப்பட வில்லை. அக்கம்பக்கத்து வீட்டுக்காரர்கள் ஒருவரும் எட்டிப் பார்க்கவில்லை. அம்மாவுக்கு என்ன செய்வதென்று தெரிய வில்லை. பொறுத்திருந்து பார்த்தவர் தன்னை அழைக்க முயற்சி செய்திருக்கிறார். அலைபேசியைச் சரியாக உபயோகிக்கத் தெரியாமல் அழைப்பு துண்டிக்கப்பட்டது. அவன் திரும்ப அழைத்தபோது மூச்சிரைத்தபடியேதான் பேசினார். அவரால் அழுகையைக் கட்டுப்படுத்த முடியவில்லை. அவன் உடனே கிளம்பி வருவதாகவும் ஒன்றும் கவலைப்பட வேண்டாம் என்றும் ஆறுதல் கூறினான். உடனே, தனக்குத் தெரிந்த மருத்துவ மனைக்குத் தொடர்புகொண்டான். எங்கிருந்தும் சரியான பதிலில்லை. அம்மா அருகில் சென்று உதவக் கூடிய அவனது நெருங்கிய நண்பர்கள் யாரும் உள்ளூரில் இல்லை. மாநிலங் களைக் கடந்துசெல்வதற்கான தடை பிறப்பிக்கப்பட்டிருந்த தால் அவன் செல்வதற்கான எல்லா வழிகளும் அடைக்கப் பட்டிருந்தன.

அம்மா எண்ணில் பதிலில்லை என்றபோது, திலகா எண்ணிற்கு அழைக்கலாமா என்று ஒரு நொடி யோசித்தான். அவள் தன் பழைய எண்ணைத்தான் இன்னும் வைத்திருக்கி றாளா என்றுகூட அவனுக்குத் தெரியாது. அவள் நினைவை மறந்து தூரமாக விலகிச் செல்ல வேண்டும் என்றுதான் இத்தனை கிலோமீட்டர் தாண்டி இங்கே வேலையை அமைத்துக் கொண்டு வந்திருந்தான். அம்மா அழைத்து அவள் இப்போது வந்திருக்கிறாளா, அவளாகக் கேள்விப்பட்டு வந்தாளா தெரிய வில்லை.

ஒன்றரை வருடம் வாழ்க்கையின் திசையை முற்றாக மாற்றி யமைக்கக் கூடிய காலகட்டம். அவள் தன் புதிய பயணத்தை ஏதோவொரு திசையில் தேர்ந்தெடுத்திருப்பாள். கட்டியிருந்த கயிறுகள் அறுந்தபின்னும் இன்னும் ஏன் அதே இடத்தில் தேங்கி நிற்கிறோம் என்று நினைத்தான். தன்னால் அதிகபட்சம் கிணற்றிலிருந்து தாவிக் குட்டைக்குள் விழ மட்டுமே முடியும். ஆனால் அவள் கூடடங்கா பட்சி. அவளால் ஒரு இடத்தில் இருப்புக்கொள்ள முடியாது. இந்நேரம் எங்கேனும் நிச்சயம் வேறு திசை தேடிப் பறந்திருப்பாள் என்று நினைத்திருந்தான். அம்மா அவளை ஏன் இப்போது தன்னருகே அனுமதித்தார் என்று அம்மாவின் மீது எரிச்சலாக வந்தது. எல்லாத் தொடர்புகளின் கண்ணிகளும் நைந்துகொண்டிருக்கும் கால இடைவெளியில் ஏன் இன்னும் அவளைத் தங்கள் தேவைகளோடு பிணைத்துக்

கொண்டிருக்கிறோம் என்று அவனுக்குத் தோன்றியது. ஆனால் அம்மாவே கூப்பிட்டிருந்தாலும் அவள் எதற்காக வந்தாள் என்று யோசிக்க நினைத்தான். வண்டி வேகமாகச் செல்வதுபோலத் தோன்றியது.

மதுரை விளாங்குடி புறநகர் சுங்கச் சாவடியைத் தவிர்த்து கணேசன் சமயநல்லூரிலிருந்து குலமங்கலம் வழியாக தன் வீடிருக்கும் ஆணையூர் பகுதிக்கு வந்தான். தெருமுனையை அடையும்போது அவன் வீட்டு வாசலில் ஆம்புலன்ஸ் நின்று கொண்டிருந்தது. உடல் முழுதும் மறைக்கும்படியாக, நீல நிற முழுக்கவச உறை அணிந்திருந்த நான்கைந்து பேர் அவனது அம்மாவை ஆம்புலன்ஸில் ஏற்றிக்கொண்டிருந்தனர். தெருமுனையில் அவனை நிறுத்திய காவலர்கள் யாரும் உள்ளே செல்லக் கூடாது என்று தடுத்தனர். அவன் விவரத்தைச் சொல்லவும் சற்று வழியமைத்து அவனை மட்டும் அனுமதித்தனர். அவன் வீட்டை அடையும்போது பின்கதவு சாத்தப்பட்டு ஆம்புலன்ஸ் கிளம்பிக்கொண்டிருந்தது. தூரத்தில் அவனைப் பார்த்ததும் வண்டியை நிறுத்தும்படிச் சத்தமிட்ட அம்மா, "ஒண்ணுமில்ல கணேசா. நான் நல்லா இருக்கேன். சீக்கிரம் வந்துருவேன். நேத்து காலைல இருந்து திலகாதான் கூட இருக்கா. ஒண்ணும் பிரச்சினை இல்ல. நீ கவலப்படாதே!" என்று கூறிக்கொண்டிருக்கும்போதே கதவு மீண்டும் சாத்தப்பட்டு வண்டி கிளம்பியது. வீட்டு வாசலை ஒட்டி திலகா நின்று கொண்டிருந்தாள். துவண்டு சக்கையாகிப் போயிருந்த கணேசனுக்கு அவளைப் பற்றிய கசப்புகள் அனைத்தும் மறந்து போயின. அவள் அன்றுதான் அவன் வாழ்வில் எதிர்ப்படும் புதியவளைப்போலத் தோன்றினாள். அவன் அவள் முகத்தைக் கண் நிறைய முழுதாகப் பார்த்தவாறு கையெடுத்துக் கும்பிட்டான். அவள் அவனை ஒரு கணம்கூட கண்கொண்டு பார்க்காமல் ஆம்புலன்ஸ் போன திசையில் அந்தத் தெருவைக் கடந்து சென்றாள்.

பாலகுமார் விஜயராமன்

நஞ்சுக் கொடி

நிலத்தின் சமதளத்துக்கு மேலே மூவாயிரம் அடி உயரத்தில் மலையிடுக்கில் குளிரைப் போர்த்தியபடி உறைந்திருக்கும் அந்தக் கிராமம் வருடத்திற்கு ஒருமுறை சோம்பல் முறித்துத் தன்னைத்தானே புதுப்பித்துக்கொள்ளும் நிகழ்வாக அமைந்திருந்தது ஊர்க்கொடை. மாசி மாத அமாவாசையில் தொடங்கிப் பௌர்ணமிவரை நடக்கும் ஊர்க்கொடையின் கடைசி நாளில் முளைப்பாரித் திருவிழா நடந்துகொண்டிருந்தது. பெண்டு பிள்ளைகள் என மொத்தக் குடும்பமும் சாமியார் மடத்தைச் சுற்றி அமர்ந்திருந்தன. கீழ்நாட்டுச் சமதளத்திற்குப் பிழைப்புக்காகச் சென்றிருந்தவர்களும் வருடம் ஒருமுறையேனும் ஊருக்கு வந்துசெல்வதன் மூலம் தாங்கள் இன்னும் மலைவாசிதான் என்ற பெருமையையும் ஒருநாள் மீண்டும் இந்த மலையிடுக்கில் வந்து நிரந்தரமாகத் தஞ்சம்கொள்வோம் என்ற நம்பிக்கையையும் தக்கவைத்துக்கொண்டிருந்தனர்.

சடைச்சியம்மனுக்கு முளைப்பாரி எடுத்தால் மனத்தில் நினைத்தது நடக்குமென்ற நம்பிக்கை அம்மக்களிடம் ஆழ வேரூன்றியிருந்தது. தலைக்கட்டுக்கு ஒன்று என்ற கணக்கில் மண் தொட்டி, ஓலைப் பெட்டி என்று விதவிதமான ஏனங்களில் மண்ணிட்டுப் பயிறு பச்சை போட்டு சன்னாசி வீட்டில் மொத்தமாக வைத்து விரத மிருந்து ஒரு வாரமாக வெயில்படாமல் வளர்த் திருந்த முளைப்பாரிச் செடிகள் மடத்தின்

திண்ணை மத்தியில் வைக்கப்பட்டிருந்தன. முழங்கால் அளவுக்கு மேலும் கீழுமாய் வெவ்வேறு அளவுகளில் வளர்ந்திருந்த ஐம்பதுக்கும் மேற்பட்ட முளைப்பாரித் தொட்டிகளுக்குப் பூச்சுற்றி சந்தனம், குங்குமம் வைத்து அலங்கரிக்கப்பட்டிருந்தன. பறைச் சத்தமும் கொம்பூதி இசையும் ஊரை அதிர்வலைக்குள் ஆழ்த்தியிருந்தன. பெண்கள் முளைப்பாரித் தொட்டிகளைச் சுற்றிக் கும்மியடித்துப் பாடிக் கொண்டும் குலவையிட்டுக்கொண்டும் இருந்தனர்.

○○○

மேகமூட்டம் பௌர்ணமி நிலவு வெளிச்சத்தை மறைத்திருக்க, வானத்தில் தென்கிழக்குப் பக்கமாக மின்னிக்கொண்டிருந்த ஒற்றை நட்சத்திரத்தை வெகுநேரமாய் உற்றுப் பார்த்தபடிப் படுத்திருந்தார் நஞ்சுண்டார். மாலை நேரக் காற்றலைச்சல் நின்று போய் இரவுப் பனி சன்னமாக இறங்கிக்கொண்டிருந்தது. கிடை அடைத்திருந்த நஞ்சை வயலில் அசை போட்டபடிப் படுத்திருந்த மாடுகளின் உஷ்ண மூச்சுக் காற்று புகையாக வந்து கொண்டிருந்தது. அவ்வப்போது அவற்றின் கழுத்தசைப்பில் எழும் இயல்பான மணியோசையோ தூரத்தில் ஊர்க்கொடை யிலிருந்து காற்றில் மெதுவாக மிதந்துவந்த கொம்பூதிச் சத்தமோ அவரைச் சலனப்படுத்தவில்லை. அவருக்குத் துணையாக இருந்த பருக்கி நாய் மந்தையைச் சுற்றி மெதுவோட்டமாய்ச் சென்றுவருவதும் அவர் படுத்திருந்த கயிற்றுக் கட்டிலுக்கு அருகில் சற்று நேரம் உட்கார்ந்திருப்பதுமாக இருந்தது. அறுபத்தைந்து வயது நிறைந்த நஞ்சுண்டார் பேசிய மொத்தச் சொற்களையும் ஒரு தாழியில் அடைத்துவிடலாம். அவரால் வானத்தை, ஊருணிக் குட்டையை, தன் மந்தையைப் பார்த்த படியே நாட்கணக்கில், வாரக்கணக்கில், மாதக்கணக்கில்கூட ஒரு வார்த்தையும் பேசாமல் அமைதியாக இருக்க முடியும்.

வெகுநேரமாய்க் கண்கொட்டாமல் நட்சத்திரத்தையே பார்த்துக்கொண்டிருந்த நஞ்சுண்டாருக்கு அது மெல்ல மெல்லக் கீழிறங்கித் தான் இருக்கும் திசை நோக்கி வருவது போலத் தோன்றியது. அப்போது மந்தையின் சிறு அலுக்கம் அவரின் கவனத்தைக் கலைத்தது. எழுத, படிக்க, எண்ணிக்கைக் கணக்கு சொல்லத் தெரியாதவராக இருந்தாலும் நஞ்சுண்டாருக்குத் தன் மந்தை மட்டுமல்ல, ஊரிலுள்ள அத்தனை மாடுகளின் சுழி சுத்தம், நிறம், வாகு அனைத்தும் அத்துப்படி யாகத் தெரியும். மாடு கத்தும் குரலை வைத்தே அதற்குப் பசியா, நோவா, பூச்சிக்கடியா என்று இனம்கண்டு அதனைக் கவனிக்கக் கூடியவர். இப்போது மந்தையில் கேட்ட சத்தம் மாடு கன்று ஈனுவதற்கான சமிக்ஞை. நிச்சலனமாக இருந்த

நஞ்சுண்டாரின் மனமும் உடலும் சட்டென விழித்துக் கொண்டன. கட்டிலிலிருந்து எழுந்தவர் தளர்ந்திருந்த இடுப்பு வேட்டியையும் தலையில் கட்டியிருந்த உருமாலையும் இறுகக் கட்டிக்கொண்டார். கட்டிலோடு சாய்த்து வைத்திருந்த துரட்டிக் கம்பையும் கட்டிலுக்குக் கீழேயிருந்த லாந்தர் விளக்கையும் எடுத்தார். விளக்கில் வெளிச்சம் மெலிதாக இருக்கவே திரியை ஏற்றிவிட்டார். விளக்கைச் சுற்றிலும் ஈசல்கள் மொய்க்கத் தொடங்கின. படுத்திருந்த மாடுகளைத் தாண்டி அவர் மந்தைக் குள்ளே சென்றார். பருக்கி நாய் அவரைப் பின்தொடர்ந்தது.

ooo

ஊர்க்கொடையில் கூட்டத்திலிருந்து விலகித் தனியாக இருட்டில் அமர்ந்திருந்த பர்வதம்மாவின் கண்களிலிருந்து தாரைதாரையாய் நீர்வழிந்துகொண்டிருந்தது. சடைச்சி யம்மனை வருந்தியழைக்கும் ஒவ்வொரு முளைப்பாரி பாடலின்போதும் அவளது வாய் தானாக முணுமுணுத்தது. ஆனால் மனம் நிலைகொள்ளா ஆதங்கத்தோடும் ஆற்றாமை யோடும் புலம்பியபடியிருந்தது. பேரன் பேத்திகளோடு இருக்க வேண்டிய வயதில் தன்னைத் தனிமரமாய் நிற்க வைத்திருக்கும் சடைச்சியம்மனிடம் அவளுக்குக் கோபமிருந்தது. இந்த வருடம் தன் வீட்டுக்கு முளைப்பாரி எதுவும் போட வேண்டாம் என்று அவள் சன்னாசியிடம் சொல்லியிருந்தாள். சன்னாசி, "ஒரு வருடம் தடைப்பட்டால் அப்படியே தட்டிப் போயிடும். தனிக்கொடிக்கு நாலு நல்ல வார்த்தை சொல்லி இந்த வருஷம் முளைப்பாரி எடுக்க வையி. வருஷம் திரும்புறதுக்குள்ள ஒம்புள்ள வந்து அவளோட வாழ ஆரம்பிச்சிருவான்" என்று கூறியிருந்தாள். சன்னாசியும் ஐந்து வருடங்களாக இதே வார்த்தைகளைத்தான் கூறுகிறாள் என்பது பர்வதம்மாவிற்கும் தெரிந்தது. இந்த வருடமாவது மஞ்சுநாத், தனிக்கொடியோடு சேர்ந்து நல்லபடியாய் வாழ்வான் என்ற நம்பிக்கைக் கயிற்றைப் பிடித்து இழுத்தபடி முளைப்பாரி போடச் சம்மதித்திருந்தாள்.

காப்பு கட்டிய அமாவாசை நாளிலிருந்தே அவன் வீட்டுக்கு வருவான் என்று காத்திருந்தாள் பர்வதம்மா. இரண்டு மணி நேர மலைப்பயணத்தில் கீழ்நாட்டில் வேலைபார்க்கும் அவளது மகன் மஞ்சுநாத்திற்கு இரண்டுமுறை ஆள் அனுப்பி சொல்லிப் பார்த்தாள். அவன் இந்தா வருகிறேன், அந்தா வருகிறேன் என்று சொன்னானே ஒழிய பதினைந்தாம் நாள் திருவிழாவும் முடியப் போகிறது, ஒருமுறைகூட அவன் ஊர்ப் பக்கம் தலைகாட்டவில்லை. தனிக்கொடியும் தன் பங்கு வீம்புக்கு முளைப்பாரி எடுக்க வர மாட்டேன் என்று பிடிவாதம்

பிடித்தாள். பர்வதம்மா தன் மனத்தில் குமுறிக்கொண்டிருந்த கசப்பு அனைத்தையும் இன்று தனிக்கொடி மீது இறக்கிவைத்து விட்டாள். "அன்னிக்கே அவன் மனசு தெரிஞ்சிருந்தா உன்னைப் பிடிச்சு கட்டி வச்சு அவன் வாழ்க்கையை நான் சீரழிச்சிருக்க மாட்டேன். நீ இருக்கதாலதான் எம்புள்ள என்னைப் பார்க்கக் கூட வர மாட்றான். நீ மூளியாவே கிடந்து சாகு. நான் அநாதைப் பொணமாவே போறேன்" என்று கத்திவிட்டு சாமியார் மடத்துக்கு வந்துவிட்டாள்.

ooo

சுமார் ஐந்நூறு மாடுகள் இருக்கும் நஞ்சுண்டாரின் மந்தைக் கிடை நடுவில் மயிலைக் கிடாரி ஒன்று இங்குமங்கும் நிலை கொள்ளாமல் அலைந்துகொண்டிருந்தது. அந்தக் கிடாரி பத்து நாள்க் கன்றாக இருந்தபோது நோய் வந்து சாகும் தறுவாயில் கிடந்தது. மந்தையிலிருந்து விலக்கி வீட்டுக் கொட்டிலில் வைத்திருந்த மயிலையை நஞ்சுண்டாரின் மருமகள் தனிக்கொடி இரவுபகலாகக் கைவைத்தியம் பார்த்துப் பிழைக்கவைத்திருந் தாள். அதிலிருந்து மயிலை அவள் கை வளர்ப்பாகவே வளர்ந்து வந்தது. கிடாரிப் பருவம் அடைந்ததும் போன வருடம்தான் "அதுவாவது இனத்தோட புழங்கிப் பழகட்டும்" என்று சொல்லி தனிக்கொடி மயிலையை மந்தையோடு சேர்த்துவிட்டிருந்தாள். நஞ்சுண்டாருக்குச் சோறு, கஞ்சி என்று உள்ளூரில் மந்தை கிடை போடும் இடங்களுக்கு தனிக்கொடி வரும்போ தெல்லாம் மயிலையைக் கொஞ்சிக் குலவாமல் செல்வதில்லை.

முதல்முறை சினைப் பிடித்திருந்தது மயிலை. கன்று ஈன இன்னும் நான்கைந்து நாட்கள் ஆகும், இப்போது ஏன் அது உறக்கம்கொள்ளாமல் லாந்துகிறது என்று நினைத்தவர் அதன் அருகில் வந்தார். மயிலைக் கிடாரியின் விலாவில் நன்றாகக் குழி விழுந்திருந்தது. மடி இறங்கிச் சீம்பால் சுரக்கத் தயாராக யிருந்தது. அண்டை விரிந்து இளகிச் சிவந்திருந்தது. பனிக்குடம் உடையத் தயாராகி அறையிலிருந்து நெகிழிப் பந்து போல வெளியே வருவதும் உள்ளே செல்வதுமாக இருந்தது. மயிலை இன்னும் சற்று நேரத்தில் கன்று ஈன்றுவிடும் என்று உணர்ந்த நஞ்சுண்டார் அதனை மந்தையிலிருந்து பிரித்துத் தான் படுத்திருந்த கயிற்றுக் கட்டிலின் அருகே மேட்டுப் பக்கமாய் அழைத்து வந்தார். லாந்தர் விளக்கை உடை மரத்தின் கிளையில் தொங்கவிட்டார். மயிலைக்குக் காய்ந்த சோளத் தட்டையை எடுத்துப் போட்டார். அது அதனை உண்ணாமல் ஈன சுவரத்தில் கத்துவதும் சிறிது நேரம் உட்காருவதும் பின் மீண்டும் எழுந்து உலாத்துவதுமாக அலைந்துகொண்டிருந்தது. அதன் நடமாட்டம் இயல்பான பிரசவ வேதனைக்குரியதாக இல்லை என்று

நஞ்சுண்டாருக்குத் தோன்றியது. அவர் அதன் அருகில் வந்து நெற்றியைத் தடவிக் கொடுத்தார். வேதனை கண்களில் வழிய அது அவரைப் பரிதாபமாகப் பார்த்தது.

சிறிது நேரத்தில் மேக மூட்டம் விலகி நிலவு துலக்கமாகத் தெரிந்தது. மயிலையின் அறையிலிருந்து நீலநிறப் பனிக்குடம் உடைந்து நீர் கொட்டியதும் அறையின் வாயில் கன்றின் கால் தென்பட்டது. மயிலையின் அடிவயிற்றை வாகாகத் தடவிக் கொடுத்துக்கொண்டிருந்த நஞ்சுண்டாருக்கு மயிலை வேதனை யுடன் கத்தும் தொனி கலக்கத்தை அதிகரித்தது. அறையில் வெளிப்பட்டுக்கொண்டிருந்த கன்றின் காலை அசைத்துப் பார்த்தார். மீண்டும் மயிலையின் அடிவயிற்றுப் பகுதி முழுவதும் வரைபடம் வரைவதுபோல உள்ளங்கையால் அழுத்தித் தேய்த்தபடி வந்தார். தலை உள்பக்கமும் பின்னங்கால்கள் வெளிப்பக்கமுமாகக் கன்று தலைகீழ்வசமாகப் புரண்டு இருப்பது அவருக்குத் தெளிவாகியது.

வழக்கமாக மாடு கன்று ஈனும்போது இரண்டு முன்னங் கால்களும் முதலில் வெளிவரும் பின்பு அதோடு ஒட்டியபடித் தலை வெளியே வந்ததும் உடல் பகுதியும் பின்னங்கால்களும் சடாரென வெளியேறிவிடும். இப்போது மயிலையின் அறை யிலிருந்து கன்றின் பின்னங்கால்கள் முதலில் வெளிவரும் வசத்தில் இருந்தது. பின்னங்கால்கள் முதலில் வெளிவரத்தொடங்கினால் மாடு எவ்வளவு முக்கினாலும் கன்றினை வெளித்தள்ள முடியாது. வயிற்றுக்குள் இருக்கும் கன்றின் வசத்தைத் திருப்ப முடியுமா என்று நஞ்சுண்டார் யோசித்தார். மாடு இங்குமங்கும் அரற்றியபடி முக்கிக்கொண்டிருந்தது. கன்றின் பின்னங்கால் வெளியே வர எத்தனிப்பதும் பின் உள்ளே செல்வதுமாக இருந்தது. வலி அவஸ்தை பொறுக்க முடியாமல் மாட்டின் கண்கள் கலங்கிப்போய் அலைந்தன.

நிதானமாகச் செய்வதானால் மாட்டின் அடிவயிற்றை அசைத்து அசைத்து மெதுவாகக் கன்றின் தலைவசத்தை அறைப் பக்கத்தில் நஞ்சுண்டரால் கொண்டுவர முடியும். ஆனால் அதுவரை மயிலையால் வலி பொறுக்க முடியாது என்பதை அவர் உணர்ந்தார். பனிக்குடம் உடைந்துவிட்டதால் கன்று வெகுநேரமும் உள்ளேயே இருந்தால் மூச்சுமுட்ட நேரிடும். அத்தோடு அக்கியையும் குடித்துவிட்டால் கன்று பிழைப்பது கடினமாகிவிடும். அது மயிலையின் உயிருக்கும் உலைவைத்து விடும். ஆனாலும் அவருக்கு வேறு வழி தோன்றவில்லை, அதிரடியாகக் கன்றை வெளியேற்றியாக வேண்டியது கட்டாயம் என்று முடிவெடுத்தார். கன்று உயிரோடு வெளியேறுவதைவிட தனிக்கொடியின் மயிலை உயிர் பிழைக்க வேண்டும் என்ற

எண்ணம் ஏனோ அவர் உள் மனத்தில் பதற்றத்தைக் கொடுத்த படி இருந்தது.

○○○

முளைப்பாரிப் பாடல் ஒலிக்க ஒலிக்க பர்வதம்மாவின் குற்ற வுணர்வு அதிகமாகியபடியே இருந்தது. அவள் கண்களிலிருந்து கண்ணீர் வற்றாமல் சுரந்து சுருக்கங்கள் நிறைந்திருந்த அவள் முகத்தின் ரேகைகள் வழியே ஓடியது. கும்மிப்பாட்டுகள் முடியும்போது நடுநிசி கழிந்திருந்தது. ஊரெங்கும் ஆங்காங்கே வைத்திருந்த தீ மூட்டத்தினால் குளிர் சுத்தமாக விலகியிருந்தது. சன்னாசி ஊர்க்காவல் தெய்வமான கருப்பனிடம் உத்தரவு வாங்கி முளைப்பாரித் தொட்டிகளுக்குத் தீபாராதனை காட்டி ஒவ்வொன்றாக உரியவர்களின் வீட்டுப் பெண்கள் தலையில் தூக்கி வைத்தாள். பறையும் கொம்பூதியும் முழங்க அவர்கள் வரிசையாக முளைப்பாரித் தொட்டியைச் சுமந்தபடி ஊருக்கு வெளியே இருந்த சடைச்சியம்மன் ஏரியை நோக்கிச் சென்றனர். எல்லோர் தொட்டியும் சென்ற பிறகு பர்வதம்மா வீட்டுத் தொட்டி மட்டும் மீதமிருந்தது. அதனைக் கவனித்த சன்னாசி தூரத்தில் அமர்ந்திருந்த பர்வதம்மாவை அழைத்தாள். கண்ணீரைத் துடைத்தபடி மெதுவாக வந்த பர்வதம்மாவிடம், "ஏன் அந்த மகாராணிக்கு ஆத்தா மேல என்னடீ கோவம். வந்து முளைப்பாரி தூக்கக்கூட முடியாதாமா?" என்றார். பர்வதம்மா, "அதெல்லாம் ஒண்ணுமில்ல சன்னாசி. அவ வீட்டுக்குத் தூரமாகிட்டா. நீ எனக்குத் தூக்கிவிடு!" என்று சொன்னவளாய்ச் சேலை முந்தானையைச் சுருமாடாக் கட்டித் தலையில் வைத்தார். "இந்த வருசத்தோட உன் கருமாயம் எல்லாம் தீரட்டும்" என்று கூறியபடி பர்வதம்மா பெயர் சொல்லி வளர்த்திருந்த முளைப்பாரித் தொட்டியை சன்னாசி தூக்கி வைத்தாள். பர்வதம்மா ஓட்டமும் நடையுமாக முன்னே சென்று கொண்டிருந்த வரிசையில் கடைசியில் சேர உடன் சன்னாசியும் இணைந்துகொண்டாள்.

முன்னால் சென்றுகொண்டிருந்தவர்களின் முளைப்பாரி களை விடவும் பர்வதம்மாவின் தொட்டியில் அது அடர்த்தியாக வும் நீளமாகவும் வளர்ந்திருந்தன. முளைப்பாரி எவ்வளவு செழிப்பாக வளர்கிறதோ குடும்ப விருத்தி அவ்வளவு தூரம் தழைக்கும் என்ற நம்பிக்கை கிராமத்தினருக்கு உண்டு. "பால்காரம்மா வீட்டு ராசி ஊருல ஒருத்தருக்கும் வராது, அப்படி என்னதா வரம் வாங்கி வந்திருக்கோ அந்தம்மா" என்று சன்னாசி வீட்டில் இருந்து முளைப்பாரியை எடுத்து வந்து சாமியார் மடத்தில் வைத்ததில் இருந்தே, ஊர்க்காரர்கள் பர்வதம்மா காதுபடவே பேசிக்கொண்டார்கள். அவள் காதில்

அந்தச் சொற்கள் விழவே இல்லை. கொம்பூதிச் சத்தத்தினூடே சடைச்சியம்மனை வருந்தி அழைக்கும் பாடல்தான் அவள் மனத்துக்குள் ஓடியபடி இருந்தது. வாய் தானாகப் பாடலை முணுமுணுத்தபடியே வந்தது. அவள் கண்களில் கண்ணீர் கசிந்துகொண்டிருந்தது. சன்னாசியும் பர்வதம்மாவிடம் எதுவும் பேச்சுக் கொடுக்காமல் அமைதியாக வந்துகொண்டிருந்தாள்.

○○○

நஞ்சுண்டார் வேகமாகக் குடிலுக்குள் சென்று தாம்புக் கயிற்றையும் விளக்கெண்ணெய் பாட்டிலையும் எடுத்து வந்தார். பருக்கி நாய் அவரையும் மயிலையையும் கண்கொட்டாமல் பார்த்தபடி நின்றுகொண்டிருந்தது. நஞ்சுண்டார் தலையில் அணிந்திருந்த உருமாலை அவிழ்த்துக் கயிற்றுக் கட்டியில் எறிந்து விட்டு வேட்டியைத் தார்ப்பாய்ச்சியாக இறுக்கிக் கட்டினார். அவரது கிடை மாடுகளுக்குப் பொதுவாக மூக்கணாங்கயிறு அணிவிப்பதில்லை. எனவே அவர் தாம்புக் கயிற்றை மயிலையின் இரு கொம்புகளிலும் சுற்றிக் கழுத்து நெறிபடாமல் தாடையோடு சேர்த்து அருகிலிருந்த உடை மரத்தில் மாட்டை ஒட்டக் கட்டினார். வழக்கமாக இவர் அண்மையை உணர்ந்து அமைதி யாக இருக்கும் மயிலை வலி பொறுக்காமல் தலையை ஆட்டி மறுப்பு தெரிவித்தபடி இருந்தது. கால்களை மாற்றி மாற்றி ஊன்றுவதும் வாலை அடித்துக்கொள்வதும், அடிவயிறு கிழியும் படியாக முக்கித் தள்ளுவதுமாக அது நரக வேதனையை அனுபவித்துக்கொண்டிருந்தது. அதன் நெற்றியிலும் முதுகிலும் நஞ்சுண்டார் ஆதுரமாகத் தடவிக் கொடுத்தாலும் அது ஈனசுவரத்தில் முனகியபடி இருந்தது.

நஞ்சுண்டார் மாட்டின் கால்களுக்கு அருகிலிருந்து கொஞ்சம் மண்ணை எடுத்து நிலக்காப்பாக மாட்டின் நெற்றியிலும் தனது நெற்றியிலும் பூசிக்கொண்டார். பின்பு மாட்டின் பின்புறம் வந்தவர் கன்றின் வசத்தை மீண்டும் கணித்தார். தனது இடது கையிலிருந்து தோள்பட்டைவரை விளக்கெண்ணெய்யைச் சுளம்பத் தேய்த்துக்கொண்டார். வலது கையால் தனது இடுப்பிலிருந்த அரைஞாண் கொடியை ஒற்றை இழுப்பில் அறுத்து இடது ஆட்காட்டி விரலுக்கும் சுண்டுவிரலுக்கும் இடையில் இடைவெளி விட்டு லேசான உறுவாஞ்சுருக்காகப் போட்டு இன்னொரு முனையைத் தனது இடதுகை மணிக்கட்டில் இறுக்கமாகக் கட்டினார். இன்னும் கொஞ்சம் விளக்கெண்ணெய்யை மயிலையின் அறையைச் சுற்றித் தடவிவிட்டுத் தனது இடது கையை மாட்டின் அறைக்குள் மெதுவாகச் செலுத்தத் தொடங்கினார். மாடு வலி பொறுக்காமல் பின்னங்கால்களை உதறியது. தலை கொம்போடு

சேர்த்து உடைமரத்தில் கட்டப்பட்டிருந்ததால் மயிலை தனது தலைப்பகுதியை அசைக்க முடியவில்லை. அது பலங்கொண்டு பின்னங்கால்களை உதறியதில் நஞ்சுண்டாரின் விலாவில் வலுவாக உதை விழுந்தது. அவர் அதைப் பொருட்படுத்தாமல் மெதுவாக மாட்டை அணைத்தபடிப் பின்புறம் முன்னேறித் தனது வலது காலைச் சற்று வலுவாக ஊன்றி, இடது காலால் மாட்டின் வலது பின்னங்காலைக் கவட்டைப் பிடித்தபடி அறைக்குள் ஆழமாக இடது கையைச் செலுத்தித் துழாவினார். வயிற்றின் இடது பக்கத்தில் குறுக்காகக் கிடந்த தலை தட்டுப் பட்டதும் அதன் கீழே கன்றின் இரண்டு முன்னங்கால்களையும் ஒன்றாகப் பிடித்து விரல்களின் வசத்தில் இருந்த உருவாஞ்சுருக்கைக் கால்களோடு சேர்த்துக் கட்டினார். பின் மெதுமெதுவாகத் தலையை அறைப் பக்கமாக இழுத்தார். அறைக்கு அருகில் தலை வந்ததும் தனது இடக்கையை உள்ளிருந்து வெளியே எடுத்தார். அவர் கை மணிக்கட்டோடு கட்டியிருந்த அரைஞாண் கயிறும் வர அதன் மறுமுனையில் கட்டியிருந்த சுருக்கு இறுகிக் கன்றின் இரண்டு முன்னங்கால்களும் அறை வாசலுக்கு வந்தன.

இனி பிரச்சினை இல்லை. மயிலைப் பசு சற்று முக்கினால் கன்று வெளியே வந்துவிடும் என்று நினைத்த நஞ்சுண்டார் கயிற்றின் முடிச்சை அவிழ்க்காமல் தனது வலது கையால் மாட்டின் அடிவயிற்றைத் தடவிக்கொடுத்தார். ஆனால் இந்த அதிரடி வைத்தியத்தில் மயிலை கிட்டத்தட்ட மயங்கும் நிலைக்குச் சென்றுவிட்டது. அதன் வாயிலிருந்து லேசாக நுரை தள்ளி' யிருந்தது. பிரசவ அவஸ்தை தாள முடியாமல் அதன் உயிர் உடலி லிருந்து செல்லத் தயாராகிக்கொண்டிருந்தது. நஞ்சுண்டாருக்கு ஏதோ தவறாகப்பட்டது. இன்னும் தாமதிப்பது சரியாக இருக்காது என்று சடுதியில் உணர்ந்த நஞ்சுண்டார், தனது இடது மணிக்கட்டில் கட்டியிருந்த அரைஞாணை இன்னும் லாவகமாக வெளியே இழுத்தார். கன்றின் கால்கள் வெளியே வரத் தொடங்கின. இரண்டு கால்களும் கையில் பிடிக்கின்ற அளவு வந்தவுடன் மணிக்கட்டு கயிற்றை அவிழ்த்துவிட்டுத் தனது இரண்டு கைகளாலும் கன்றின் முன்னங்கால்களைப் பிடித்து இழுத்தார். கன்றின் தலை அறை வாசலில் தென்படத் தொடங்கியது. மயிலை பசு உணர்வு பெற்று அடிவயிற்றிலிருந்து கதறியபடி மிக அழுத்தமாக முக்கியது. நஞ்சுண்டார் வெளியே இருந்து இழுக்கவும் மயிலை உள்ளே இருந்து முக்கித் தள்ளவும், கன்றின் முன்னங்கால் தலை அடுத்து முழு உடலும் பின்னங் கால்களும் சடக்கென உருவி வெளியே வந்தது.

சில மாடுகள் உட்கார்ந்தபடி கன்று ஈனும்; சில நின்றபடி ஈனும். எப்படியாகினும் பனிக்குடத்தோடு கன்று வெளிவருவதால்

கன்று கீழே விழும்போது சேதாரம் ஏதும் இருக்காது. ஆனால் இப்போது நஞ்சுண்டார் தன் முழுக்கையையும் மயிலையின் அறையில் செலுத்திக் கன்றை வெளியே இழுத்திருந்ததால் அதன் பனிக்குட நீர் முழுவதுமாக வெளியேறி இருந்தது. அதனால் கன்று கீழே விழுந்து காயமடைந்து விடாமல் இருக்க வெளியே வந்த கன்றை நஞ்சுண்டார் தன் நெஞ்சோடு தாங்கிப் பிடித்துக் கொண்டார். காரி நிறக் காளைக் கன்று முழுமையாக வெளியே வந்ததும் மயிலை அழுத்தமாகக் கத்தியது. நஞ்சுண்டார் அருகில் விரித்திருந்த வைக்கோலின் மேல் கன்றினைப் படுக்க வைத்து, தன் வேட்டியை எடுத்துக் கன்றின் முகம் முழுவதும் படர்ந்திருந்த சளிப்படலத்தைத் துடைத்துவிட்டார். கன்றின் வாயிலும் மூக்கிலும் நிறைந்திருந்த படலம் விலகியதும் அது மூச்சுவிடத் தொடங்கியது. அவர் அதன் உடல் முழுவதும் அப்பியிருந்த பனிக்குட நீரைத் தனது வேட்டியால் ஒத்தி எடுத்தார். கன்று இயல்பாக அசையத் தொடங்கியது. நஞ்சுண்டார் நீண்டதொரு பெருமூச்சை விட்டபடி உடை மரத்துக்குச் சென்று தாம்புக் கயிற்றை அவிழ்த்தார். மயிலை வேகமாகக் கன்றுக்கு அருகில் வந்து, அதன் உடல் முழுவதையும் தன் நாவினால் நக்கத் தொடங்கியது.

ooo

சமையலறைக்கும் தானியங்கள் கொட்டும் வைப்பறைக்கும் இடையில் இருந்த நிலை வாசலில் ஏற்றிவைத்திருந்த காமாட்சி விளக்கை வெறித்துப் பார்த்தபடி அமர்ந்திருந்த தனிக்கொடி தெளிவு கிடைத்தவளைப்போல வேகமாக எழுந்தாள். மாலையிலிருந்து ஒரே இடத்தில் உட்கார்ந்திருந்ததில் கால் மதமதத்துப் போயிருந்தது. நிலை தடுமாறிக் கீழே விழப்போனவள் சுதாரித்துக்கொண்டு, சுவரைப் பிடித்தாள். மெதுவாகக் கறுப்பு முடுக்கியை மேலே தள்ள மஞ்சள் நிற விளக்கு வெளிச்சம் அறையெங்கும் பரவியது. எதிர் சுவரில் கண்ணாடிச் சட்டகத்துக்குள் தொங்கிக்கொண்டிருந்த அவளது திருமணப் புகைப்படத்தில் ஒட்டடை படிந்திருந்தது. கால்களைத் தாங்கியபடி எதிர்ப் பக்கம் சென்று எக்கி சேலை முந்தானையால் அதனைத் தூசி தட்டினாள். இன்னும் புகைப்படத்தில் தூசி இருக்கவே கால்களை உதறிவிட்டு அடுப்படியில் கிடந்த மனைப்பலகையை எடுத்துவந்து போட்டுப் புகைப்படத்தைத் துலக்கமாகத் துடைத்தாள். புகைப்படத்தில் தான் பல் தெரிய சிரித்துக்கொண்டிருந்ததைப் போல இப்போது முகத்தை வைத்துப் பார்த்தாள். வேறெங்கோ பார்த்து முறைத்தபடி நின்ற தனது மாமனின் நெற்றிப் பகுதியில் கருப்புப் பிசுக்கு அப்பியிருந்ததைப் பார்த்தாள். தனிக்கொடி தன் முந்தானை முனையில் எச்சில் தொட்டு அதனை அழித்துச் சுத்தமாக்கினாள். சிறிது நேரம் நின்று

புகைப்படத்தையே பார்த்துக்கொண்டிருந்தவளைச் சாமியார் மடத்திலிருந்து வந்த குலவைச் சத்தம் நினைவுக்குக்கொண்டு வந்தது. குலவைப் பாட்டு முடிந்தால் ஊருக்கு வெளியே இருக்கும் சடைச்சியம்மன் ஏரிக்கு முளைப்பாரியை எடுத்துச் சென்று கரைத்துவிடுவார்கள் என்று நினைத்தவளாய், அடுப்படியை ஒட்டிய சிறிய குளியல் தடுப்புக்குள் சென்று குளிக்கத் தொடங்கினாள்.

ဝဝ၁

மாடு கன்று ஈன்ற சிலமணி நேரத்திற்குள் தன் வயிற்றில் இருக்கும் நஞ்சுக்கொடியை வெளியேற்ற வேண்டும். நஞ்சு அதன் உடலிலேயே தங்கிவிட்டால் மாடு சுகவீனமாகிப் பால் சுரப்பது நின்றுவிடும். நாளடைவில் அது மரணத்தில் கொண்டு போய்க் கூட விட்டுவிடும். அதற்காக மயிலையின் வயிற்றிலிருந்து நஞ்சை வெளியேற்றுவதற்குத் தேவையானவற்றைச் செய்யத் தொடங்கினார் நஞ்சுண்டார். அவர் அருகில் கிடந்த பெரிய கற்களைக் கூட்டி அடுப்பாக்கி அதில் சுள்ளிகளைப் போட்டுத் தான் வைத்திருந்த வாயகன்ற சட்டியில் வெந்நீர் போட்டார். அது கொதித்து வந்ததும் அத்தோடு பச்சைத் தண்ணீர் ஊற்றி விளாவினார். மிதமான சூட்டிலிருந்த வெந்நீரை மயிலைப் பசுவிற்குக் குடிக்கக் கொடுத்தார். அதற்குள் அது புதிதாய்ப் பிறந்திருந்த காரிக் கன்றின் உடல் முழுவதும் நக்கி அதன் மேலிருந்த பிசுபிசுப்பைப் போக்கியிருந்தன. கன்றின் தோலும் ரோமங்களும் இப்போது நன்றாக உலர்ந்திருந்தது. அது தத்தித் தத்தி எழுந்து நிற்க முயற்சி செய்துகொண்டிருந்தது. மயிலை அதுவரை இருந்த களைப்பையும் சோர்வையும் போக்க வெதுவெதுப்பான நீரை வயிறு முட்ட அருந்தியது. நஞ்சுண்டாருக்குக் குறுக்குக் கடுத்தது. இரண்டு கைகளையும் மேலே தூக்கி அண்ணாந்து வானத்தைப் பார்த்து உடலை நெளித்து முறுவலித்துக்கொண்டார். வானில் மின்னிக் கொண்டிருந்த ஒற்றை நட்சத்திரம் மறைந்திருந்தது. இன்னும் சற்று நேரத்தில் விடிந்துவிடும் என்று உணர்ந்தார் நஞ்சுண்டார்.

வெந்நீரைக் குடித்த சிறிது நேரத்தில் மயிலை தன் வயிற்றிலிருந்து நஞ்சுக்கொடியை வெளித் தள்ளியிருந்தது. அதனை முகந்து பார்க்கச் சென்ற பருக்கி நாயை அவர் கையமர்த்தி நிறுத்தினார். அது அவர் சைகைக்குக் கட்டுப்பட்டுக் கட்டிலுக்கு அடியில் சென்று படுத்துக்கொண்டது. நஞ்சுக்கொடிக் கழிவை ஒரு பழைய துணியில் அள்ளியெடுத்த நஞ்சுண்டார் அதனைச் சற்றுத் தூரத்தில் நின்ற இன்னொரு உடை மரத்தில் உள்ளடங்கிய கிளை ஒன்றில் போய் முடிந்துவைத்துவிட்டு வந்தார். அதற்குள் நடக்கத் தொடங்கிய காரிக் கன்று மயிலையில் கால்களுக்கு

இடையே மடியைத் தேடி அலைந்துகொண்டிருந்தது. நஞ்சுண்டார் மயிலையின் மடியைக் கழுவித் துடைத்துவிட்டு நான்கு மடிகளில் இருந்தும் லேசாகச் சீம்பாலைப் பீய்ச்சி வயலில் விட்டார். பின்பு காரிக் கன்றை அணைத்து எடுத்து வந்து மயிலையின் காம்பை கன்றின் வாயினுள் புகுத்தினார். முதலில் என்னவென்று புரியாத கன்று சடுதியில் தாயின் மடிக்காம்பை இனங்கண்டு பாலைக் குடிக்கத் தொடங்கியது. அது மடிமுட்டிக் குடிக்கும் அழகைப் பார்த்தபடிக் கயிற்றுக் கட்டிலில் அமர்ந்த நஞ்சுண்டார், தன் காலுக்கடியில் சுற்றிவந்த பருக்கி நாயைத் தடவிக்கொடுத்தார். எப்போதும் இல்லாத பரபரப்பாய் மயிலை நல்லபடியாய்க் காரிக் கன்று ஈன்றிருக்கும் விஷயத்தைத் தனிக்கொடிக்குத் தெரியப்படுத்த வேண்டும் என்று அவர் மனம் விரும்பியது. விடிந்ததும் முளைப்பாரி முடிந்து, கிடைக்குவரும் பர்வதம்மாவிடம் சொல்லி தனிக்கொடியைக் கூட்டி வந்து மயிலையையும் கன்றையும் காட்டிச் சீம்பாலைக் கறந்து கொடுக்க வேண்டும் என்று நினைத்துக்கொண்டார். தனிக்கொடிக்கான சீம்பாலை மயிலை மடி நிறைய சுரந்து கொண்டிருந்தது.

○○○

முளைப்பாரி ஊர்வலம் ஊர் எல்லையில் இருக்கும் அவுலியா மசூதியைக் கடக்கையில் பறையும் கொம்பூதியும் இசைப்பது நிறுத்தப்பட்டது. திடீர் மௌனம் வெளியெங்கும் வியாபித்தது. மின்னல் தாக்கியதுபோல, சுயநினைவுக்கு மீண்ட பர்வதம்மா "ஐயோ என் புள்ள!" என்று உரக்கக் கத்தினாள். கூட்டம் பின்னால் திரும்பிக் குரல் வந்த திசையைப் பார்த்தது. பர்வதம்மாவின் அருகில் வந்துகொண்டிருந்த சன்னாசி அவளைக் கைத் தாங்கலாகப் பிடித்து, "என்னாச்சு பர்வதம், நிதானமா வா!" என்றாள். பர்வதம்மாவிற்கு அதற்கு மேல் நிலைகொள்ளவில்லை. "சன்னாசி, தொட்டியைப் பிடி" என்று வேகமாகத் தன் தலையி லிருந்து இறக்கி சன்னாசியிடம் ஒப்படைத்துவிட்டுத் தன் வீடு நோக்கி வேகமாக ஓடினாள். முன் கொண்டுசென்ற முளைப்பாரித் தொட்டியை சடைச்சியம்மன் கோவிலில் இறக்கிவைத்துப் பின் பூசைகள் செய்தபின் ஏரியில் கரைத்துவிட வேண்டுமே அன்றி மீண்டும் வீடு நோக்கிக்கொண்டு செல்லவோ இடையில் இறக்கி வைக்கவோ கூடாது என்பதால் குடும்பப் பெண்கள் மட்டுமே சுமந்துகொண்டு செல்ல வேண்டிய முளைப்பாரியைத் தன் ஐம்பது வருட சிநேகிதியான பர்வதம்மாவின் குடும்பத்துக்காக அர்த்த நாரியான சன்னாசி தன் தலையில் சுமந்தபடி முன்னே சென்றாள்.

○○○

உச்சந்தலையிலிருந்து பாதம்வரை ஈரம் சொட்டச் சொட்ட வந்த தனிக்கொடி பெட்டியின் அடியில் அந்துருண்டை மணத்துடன் இருந்த தன் திருமணப் புடவையையும் புதிய உள்ளாடை களையும் எடுத்தாள். திருமணத்திற்குத் தைத்த ரவிக்கை இன்னும் சரியான அளவில் இருப்பது கண்டு அவளுக்கே வியப்பாக இருந்தது. இந்த ஐந்து வருடத்தில் தான் ஒரு துளிகூட மாற வில்லை என்று நினைத்தவள், அதுதான் தனது இந்த நிலைக்குக் காரணமோ என்று ஒரு கணம் நினைத்தாள். ஈரத் தலையோடு தலைவாரிப் பின்னலிட்டாள். பின்பு மறுபடியும் புகைப்படத்தின் முன் நின்று அதிலிருப்பதுபோல பல் தெரிய மீண்டும் ஒருமுறை சிரித்தாள். மதியமும் இரவும் சாப்பிடவில்லை என்ற நினைவு உறைத்ததும் அடுப்படிக்குச் சென்று தண்ணீர் ஊற்றி வைத்திருந்த சோற்றை அள்ளிக் கும்பாவில் போட்டு மேலே தொங்கிக்கொண்டிருந்த உறியிலிருந்து தயிரை அள்ளிச் சேர்த்து உப்புப் போடாமல் பிசைந்தாள். கும்பாவை எடுத்து வாயில் வைக்கப் போனவள், மருந்தைக் குடித்தவர்களுக்கு வாந்தி வர கைவைத்தியமாய் மோரைக் கரைத்துக் கொடுப்பார்களே என்ற நினைவு வர தயிர்ச்சோறு கும்பாவை அப்படியே அடுப்பு மேட்டில் வைத்துவிட்டுக் கொல்லைப் பக்கம் சென்றாள்.

கொல்லையில் பௌர்ணமி நிலவு வெளிச்சம் பரவிப் படர்ந்திருந்தது. வைக்கோல் படைப்பைத் தாண்டிக் கொட்டில் கிடுக்குகளில் அடைந்திருந்த கோழிகளைத் தொந்தரவு செய்து எழுப்பிவிடாமல் மெதுவாகச் சென்றவள் மேற்குப் பக்கம் மூலையில் மேற்கூரையின் இடுக்கில் பழைய சாக்குப் பையில் சுருட்டிவைக்கப்பட்டிருந்த ரோக்கர் பாட்டிலை எடுத்தாள். கொட்டிலைத் தாண்டிக் கொல்லைப்புற வாசலில் ஏறும்போது முளைப்பாரி ஊர்வலம் ஊர் எல்லை தர்காவை நோக்கி சென்று கொண்டிருந்தது தெரிந்தது. வீட்டுக்கு வந்து கொல்லைப்புற மரக் கதவை மூட முயன்றாள். நீண்ட நாட்களாகச் சாத்தப்படாமல் இருந்த கதவு தரையோடு இறுகிப்போய் இருந்தது. தனிக்கொடி அதனைப் பலங்கொண்டு இழுத்துச் சாத்திப் பெரிய கொண்டி போட்டு அடைத்தாள். பின்பு வீட்டுக்குள் வந்தவள் தலைவாசலில் இருந்த பெரிய நிலைக்கதவையும் அடைத்தாள். முன்னறையில் எரிந்துகொண்டிருந்த மஞ்சள் மின்விளக்கை அணைத்துவிட்டு வலப்புறம் இருக்கும் தானியங்கள் வைப்பறைக்கு முன் நின்றாள். மேலே மரத்தாலான பரண் அமைத்து இரண்டு அடுக்குகளாக இருக்கும் சிறிய அறையில் மேல் அடுக்கில் புதிதாய் அறுவடை செய்து வந்திருந்த பனிவரகு காயப்போடப்பட்டிருந்தது. ஒரு ஆள் நிற்கும் உயரத்தில் இருக்கும் கீழ் அடுக்கு காலியாக இருந்தது. நிலையில் எரிந்துகொண்டிருந்த விளக்கை எடுத்துக்கொண்டு

உள்ளே சென்று மேலும் கீழுமாய் இருந்த இரட்டைக் கதவுகளைத் தாழிட்டாள். சுவர் மாடத்தில் விளக்கை வைத்துவிட்டுத் திரியைத் தூண்டிவிட்டுப் பிரகாசமாக எரிய விட்டாள். மிளகாய்ச் செடிக்காக அடிக்க வைத்திருந்த ரோக்கர் பூச்சி மருந்து பாட்டிலைக் கடகடவென வாயில் ஊற்றினாள். முதல் மடக்கு உள்ளே செல்லும்போது மருந்து நெடியைத் தாண்டிப் புளிப்பும் துவர்ப்புமான சுவை நாவில் பட்டது. மருந்து தொண்டைக்குள் இறங்கும்போது அது காந்தலாக மாறித் தொண்டைக் குழியை அறுத்துக்கொண்டு உள்ளே போவதுபோல எரிச்சலெடுத்தது. வலி தாங்காமல் பாட்டிலைத் தூர எறிந்துவிடலாம் என்று வாயிலிருந்து கையை எடுத்தவள் அடுத்த நொடி கண்களை இறுக்க மூடிக்கொண்டு வெறிவந்தவளைப்போல முழு பாட்டிலையும் ஒரே மூச்சில் குடித்தாள். காலி பாட்டிலைக் கீழே வைத்தவள், விளக்கு வெளிச்சத்துக்குக் கீழே சுவரோரமாகச் சரிந்து உட்கார்ந்தாள். அவள் வாயிலிருந்து மிளகாய்ச் சிவப்பில் இரத்தம் வழியத் தொடங்கியது.

முகமிலி

"இவ்ளோ லெதார்ஜிக்கா இருந்தா, நமக்குள்ள கண்டிப்பா செட் ஆகாது தருண். குட் பை!"

ஸ்ரதாவின் வாய்ஸ் நோட் தலைக்குள் ஓடிய படியே இருந்தது. ஆனாலும் மீண்டும் மீண்டும் அதையே ஒலிக்கவிட்டுக் கேட்டுக்கொண்டிருந் தான். அதற்குப் பதிலாக இதுவரை அவன் அனுப்பிய பன்னிரண்டு 'ஸாரி'களும் ஒற்றை 'டிக்'கோடு அந்தரத்தில் மிதந்துகொண்டிருந்தன. ப்ளாக் செய்துவிட்டாள்.

முற்றிலும் கண்ணாடியால் ஆன காஃபி ஷாப்பில் ஜன்னலோரத்துத் தனியிருக்கையில் அமர்ந்திருந்தான் தருண். கடற்கரையின் மாலை நேரத்துச் சூரிய ஒளி கண்ணாடியின் ஊடாக அவன் முகத்தில் பிரதிபலித்தது. அவன் அதனைப் பொருட்படுத்தாமல் தூரத்துக் கடலை வெறுமனே பார்த்துக்கொண்டிருந்தான். காஃபி ஷாப்பில் ஆங்காங்கே அமர்ந்திருந்தவர்கள் சுற்றியிருந்த உலகை மறந்து தங்களுக்குள் சிரித்துப் பேசிக் கொண்டிருந்தனர். ஹெட்ஃபோனில் ஸ்ரதா இன்னமும் 'குட் பை' சொல்லிக்கொண்டிருந்தாள். அவளைத் தான் இழக்கப் போகிறோம் என்று அவனுக்கு உறுதியாகத் தோன்றியது. அவளைச் சந்திக்காமலே இருந்திருக்கலாம் என்று நினைத்தான். அவன் ஆர்டர் செய்திருந்த காஃபி குடிக்கப்படாமல் ஆறிப்போயிருந்தது. தூரத்தில்

ஒரே மாதிரியான அலைகள் அடுத்தடுத்துக் கரையை முட்டிக் கொண்டே இருந்தன.

ஆறுமாதங்களாக ஃபோனில் பேசிக்கொண்டிருந்தவர்கள் சென்ற வாரம் அந்த காஃபி ஷாப்பில் அதே இருக்கையில்தான் முதன்முதலில் சந்தித்துக்கொண்டார்கள். அதன் பின் ஒருநாள் விட்டு ஒருநாள் என்று இதுவரை நான்குமுறை நேரில் சந்தித்திருக்கிறார்கள். முந்தா நாள் பார்த்துப் பேசியபோது, "உன் குரல்ல இருந்த காதல், கண்ணுல இல்ல தருண்" என்று சொல்லிவிட்டுப் போனவள் அதன் பிறகு ஃபோன் செய்யவே இல்லை. இவன் கூப்பிட்டபோது இரண்டு முறை பட்டும் படாமல் பேசியவள் அடுத்தது அந்த வாய்ஸ் நோட்டை அனுப்பி விட்டு இவன் எண்ணை ப்ளாக்செய்துவிட்டாள். இன்று தாங்கள் சந்திக்கும் தினம் என்பதால் எப்படியும் அவள் வருவாள் என்று தாங்கள் எப்போதும் அமரும் இருக்கையில் ஒரு மணி நேரத்திற்கும் மேலாகக் காத்திருந்தான் தருண்.

காலியாகயிருந்த ஒற்றை எதிர் இருக்கையில் சூடான காஃபிக் குவளையோடு வந்து அமர்ந்தவள் தருணைப் பார்த்து மெலிதாகப் புன்னகை செய்தாள். அவன் கண்ணாடிச் சுவருக்கு அப்பால் பார்த்துக்கொண்டிருந்தான். அவள் தன் காஃபியை மெதுவாகக் குடித்தாள். மேலுதட்டில் லேசாக நுரை படிந்தது. அவள் சத்தம் வராமல் குவளையை மேசையின் மீது வைத்துவிட்டு அருகிலிருந்த டிஸ்யூ பேப்பரை எடுத்து மெதுவாக உதடுகளில் ஒற்றியெடுத்தாள். தருண் அவளைக் கவனிக்காமல் தூரத்துக் கடலையே பார்த்துக்கொண்டிருந்தான். அவள் நிதானமாகக் காஃபியைக் குடித்துமுடிக்கும்வரை தருண் அவள் முகத்தைப் பார்க்கவே இல்லை. அவன் தன்னைத் தவிர்க்கிறான் என்று உணர்ந்தவள், 'ஓகே, பை' என்றவாறு எழுந்து நாற்காலியை லேசாகப் பின் நகர்த்தி அங்கிருந்து கிளம்ப எத்தனித்தாள். ஜன்னலில் இருந்து பார்வையைத் திருப்பியவன் வேகமாக, "ஸாரி, உண்மையிலேயே நான் அப்படி நினைக்கல!" என்று அவள் முகத்தைப் பார்த்துக் கூறினான். அவள் சற்று யோசித்து லேசாகப் புன்னகைத்தபடி மீண்டும் நாற்காலியில் அமர்ந்தாள்.

தருண், "சத்தியமா உன்னை ஹர்ட் பண்ணணும்னு அப்படி செய்யல! எனக்கு ஒரு பிரச்சினை இருக்கு. அதை என்னன்னு கூட என்னால தெளிவா சொல்ல முடியல. ஆனா எப்படி யாவது உன்கிட்ட என் நிலைமையைப் புரிய வைக்க முயற்சி பண்றேன். அதுக்கப்புறம் நீ என்ன முடிவெடுத்தாலும் எனக்கு ஓகேதான்" என்று கெஞ்சும் தொனியில் கூறினான். அவள் அமைதியாக அவனைப் பார்த்தபடி அமர்ந்திருந்தாள். தருண் ஹெட்ஃபோனைக் கழற்றிவிட்டுப் பேசத் தொடங்கினான்.

அது தருணின் பிரத்யேகப் பிரச்சினை. மனிதர்களின் முகங்களை அவனால் சரியாகப் பிரித்தறிய முடியாது. கல்லூரி செல்கின்றவரை ஒவ்வொரு மனிதருக்கும் தனித்தனி முக அமைப்பு இருக்கும் என்பதே அவனுக்குத் தெரிந்திருக்க வில்லை. ஒரே சீருடை, கிட்டத்தட்ட ஒரே உயரம் என்று பள்ளி மாணவர்கள் அனைவரும் ஒருவரைப் போலவே இருப்பார்கள் என்றே நினைத்து வந்தான். தனி நபர்களின் செயல்களைப் பிரித்தறிவதில் சிரமம் ஏற்பட்டபோது, ஒருவருக்கும் பதில் சொல்லாமல் புத்தகங்களுக்குள்ளே தன்னைப் புதைத்துக் கொள்ளப் பழகிக்கொண்டான். அவன் யாருடனும் பழக மாட்டான் என்ற பிம்பத்தை வலிய ஏற்படுத்திக்கொண்டு, தனிமையைத் துணையாக்கிக்கொண்டான். கல்லூரி முடிக்கின்ற வரை ஆளண்டாப் பிராணி, மௌனச் சாமியார், புத்தகப் புழு என்ற அடைமொழிக்குள் ஒளிந்துகொண்டு இருந்தவன் தகவல் தொழில்நுட்பப் பணிக்கு வந்த பிறகு எப்போதும் கணினிக்குள் மூழ்கிக்கொண்டான். மனிதர்களை அலைபேசி எண்களாகவும் மின்னஞ்சல் முகவரிகளாகவும் மாற்றிக்கொண்ட பைனரி வாழ்க்கை அமைப்பு அவனுக்கு வசதியாக இருந்தது.

பணி சார்ந்தும் பணிக்கு வெளியேயும் பழகியவர்களிட மிருந்து விலகிக்கொள்ள எப்போதும் புதிய மனிதர்களைச் சந்திப்பது அவனுக்கு மிகப்பெரிய விடுதலையாக இருந்தது. அதற்காகவே எந்தவொரு அலுவலகத்திலும் ஆறுமாதங்களுக்கு மேல் இருந்ததில்லை. புதிய ஊர், புதிய சூழல், புதிய மனிதர்கள் என்று தெரியாத சூழ்நிலையிலேயே தன்னைத் தகவமைத்துக் கொண்டான். ஒவ்வொரு முறையும் முகம் தெரியாத மனிதர் களை அவன் சந்தித்தான். அறிமுகமானவர்கள் ஆனாலும் சரி ஆகாதவர்கள் ஆனாலும் சரி; அவர் பேசுகின்ற தொனி, குரல், பொதுவான கேள்விகள் என உரையாடலை வளர்த்து அதற்குள் அவர்கள் யார் என்று யூகித்துக்கொள்வான். பின் அவர்களுட னான அன்றைய உரையாடலை முன்னகர்த்திச் சென்று முடித்துக்கொள்வான். அவனுக்கு முகங்களைப் பிரித்தறிவது மட்டும் சிக்கலே அன்றி ஞாபக மறதி கிடையாது. இன்னும் சொல்வதென்றால் அந்தச் சிக்கலை முறியடிக்க எப்போதும் ஞாபகச் சரடுகளைத் தூசி தட்டிப் புதுப்பித்தபடியே இருப்பான். அதில் சோர்வுறும்போது புதிய சூழல், புதிய மனிதர்களை நோக்கி நகரத் தொடங்கிவிடுவான்.

இப்படி நாற்றங்காலை மாற்றி மாற்றி நடவு செய்து ஒரு போன்சாய் மரமாய்த் தன் வாழ்வு சுருங்கிவிடும் என்று

இருந்தவனின் வாழ்வில் ஸ்ரதா குரல் வழி அறிமுகமானாள். காய்ந்த தண்டின் நுனியில் புதிதாய் ஒரு தளிர்விட்டது.

தருண் தலைமை வகிக்கின்ற பிராஜக்ட்டின் இன்னொரு பகுதியை அலுவலகத்தின் வேற்றூர் கிளையில் இருநதபடி ஸ்ரதா உருவாக்கி வந்தாள். இரு பகுதிகளையும் ஒருங்கிணைக்கும் செயல்களில் ஏகப்பட்ட குளறுபடிகள் வர இவன் ஒவ்வொன்றாக அவளுக்கு எடுத்துச் சொல்ல வேண்டியிருந்தது. நூற்றுக்கணக் கான ஸ்கைப் அழைப்புகளுக்குப் பின் ப்ராஜக்ட் வெற்றிகரமாக முடிந்த நன்னாளில் ஸ்ரதாவின் அலுவலகக் கிளையில் எல்லோரும் ஒரு கொண்டாட்டக் கூடுகையில் திளைத்திருக்க அவள் மட்டும் தருணின் தனிப்பட்ட அலைபேசி எண்ணைத் தேடிக் கண்டடைந்து அவனை அழைத்து நன்றி கூறினாள். இருவரின் அலைவரிசைகளுக்கும் ஒத்திசைவு உண்டானது. தினமும் காலை மாலை என அலைபேசியில் தொடர்ந்த நட்பு அனிச்சையாக, காதலாக மலர்ந்தது.

ஸ்ரதா சென்ற மாதத்தில் திடீரென தருண் இருக்கும் ஊர்க் கிளைக்கு தன் பிராஜக்ட்டை மாற்றிக்கொண்டு வரும் வரைக்கும் அவனுக்கு எந்தச் சிக்கலும் இருக்கவில்லை. ஆனால் அவள் அவனது அலுவகத்திற்கு வந்த நாளில் இருந்து தினமும் ஒருமுறையாவது அவர்கள் சந்தித்துக்கொள்ள வேண்டிய சூழ்நிலை ஏற்பட்டது. முதல் இரண்டு மூன்று நாட்கள் அவன் அவளை யாரெனத் தெரியாமல் கடந்துபோகையில் அவள் சாதாரணமாகவே எடுத்துக்கொண்டாள். பின் மாலையில் ஃபோனில் அவன் கொஞ்சிப் பேசத் தொடங்குகையில், “உனக்கென்ன அவ்ளோ பயமா? நேரப் பார்த்தா கண்டுக்கவே மாட்ற” என்று நேரடியாகக் கேட்டாள். அவன் முதன்முறை, “ஐயோ கவனிக்கலையே!” என்றான். அடுத்த முறை, “வொர்க் பிரஷர் ஜாஸ்தி!” என்றான், இன்னொரு முறை இன்னொரு பொய், அடுத்த முறை புதிய பொய், அதற்கடுத்த முறை, அதற்கடுத்த பொய் என்று அடுக்கிக்கொண்டே சென்றான். சீட்டுக் கட்டுகள் விரைவிலேயே சரியத் தொடங்கின. அவளுக்கு அதுவரை அவன்மீது இருந்த நம்பிக்கையும் இதமும் கரைந்தன. அவன் தன்னை நேரில் பார்த்தபின் தன் மீதிருந்த ஈர்ப்பு குறைந்து விட்டதோ, தான் வலியச் சென்று அவன் முன் இளித்துக்கொண்டு நிற்கிறோமோ என்று அவளுக்குத் தோன்றியது. இரண்டே வாரத்தில் அந்த உறவுக்கு ஒரு முற்றுப்புள்ளி வைத்துவிடுவது என்ற முடிவுக்கு வந்தாள். வாய்ஸ் நோட் அனுப்பிவிட்டு பிளாக் செய்தாள். இன்று அலுவலகத்தின் குழுமடலில் அவள் வேறு ஊருக்கு மாற்றலாகிப் போவதாகத் தகவல் வந்திருந்தது.

ஆனாலும் எப்படியும் அவள் தன்னைச் சந்திக்க இன்று இங்கு வருவாள் என்று அவன் நினைத்திருந்தான்.

தருண் தனது சிக்கலை மூச்சுவிடாமல் அவளிடம் சொல்லி முடித்தான். அவள் கண்கொட்டாமல் அவனைப் பார்த்தபடி அமர்ந்திருந்தாள். அவன் கண்கள் கசிந்திருந்தன. அவள் பேசத் தொடங்கினாள்.

“சரி, நான் இப்போ உனக்கு எப்படி தெரியுறேன்?”

“உன் கண், மூக்கு, உதடு, நாசியெல்லாம் தெரியுது. ஆனால் ஒரு முழு உருவமா என்னால் ஒருங்கிணைச்சு யோசிக்க முடியாது. மூளைல ஃபேஸ் ரெககனேஷன் சாப்ட்வேர் மட்டும் கொஞ்சம் கரப்டட். இந்த இடத்துல இருக்க கண்ட்ரோல்தான் அவுட்” என்று ஆட்காட்டி விரலை வலது காதுக்குப் பின்புற மாக வைத்தபடி சொல்லிச் சிரித்தான். அவள் சிரிக்கவில்லை. அவனைப் பார்த்தபடியே அமர்ந்திருந்தாள்.

அவனும் அவளது வெற்றுமுகத்தைப் பார்த்தபடியே இருந்தான். ஆனால் அவள் என்ன சொல்லப் போகிறாள் என்று கூர்ந்து கவனிப்பதில்தான் அவனது முனைப்பு இருந்தது.

“சரி, என் குரல் எப்படி இருக்குது?”

“எப்போதும் பேசுவதைவிட இன்னிக்குக் கொஞ்சம் பிசிறோட இருக்கு. நான் ஏமாத்துறேன்னு நீ அழுதியா என்ன? ஆனாலும் இந்தப் பிசிறு இன்னும் அழகா இருக்கு!”

அவள் பேசத் தொடங்கினாள்.

“தருண்! நான் குழந்தையா பேச ஆரம்பிச்சதுல இருந்தே இந்தப் பிசிறு இருக்கு. ஏன்னா, நான் ஸ்ரதா இல்ல. உன் டீம் மேட் அனு. ஆறு மாசமா நானும் உன்னைப் பார்த்துட்டேதான் இருக்கேன். நீ என் பக்கம் திரும்பிக்கூடப் பார்த்ததில்லை. சோ, உனக்கு இண்ட்ரஸ்ட் இல்ல போலன்னு உன்கூட பெர்சனலா பேச முயற்சி பண்ணதில்ல. என் பிசிறுக் குரலும் உன்னை ரீச் பண்ணவே இல்லை. நீ எவ்வளவுதான் பார்த்திருந்தாலும் பெரிய வித்தியாசம் ஒண்ணும் இருந்திருக்காதுன்னு இப்போதானே புரியுது. இன்னிக்கு யதார்த்தமா இங்கே உன்னைப் பார்த்தேன், ஒரு ஹாய் சொல்லலாமேனு பக்கத்து டேபிளில் இருந்து இங்க வந்தேன். நீ இத்தனை நாள் ஒழிச்சு வச்சிருந்த உன் கதையை யாரோ ஒருத்திக்காக ஓபன்–அப் பண்ணிருக்க. அதை நான் கேட்கணும்னு டெஸ்டினி டிசைட் பண்ணிருக்கு. எனிஹவ் இந்தப் பிசிறுக் குரலோடயே என்னை உன் ஞாபகக் கணக்குல பதிய வச்சுக்கோ” என்று கூறினாள். சிறிது நேரம் இருவரும்

அமைதியாக இருந்தனர். அனு தான் குடித்து முடித்து வைத்திருந்த காலிக் குவளையையும் தருண் குடிக்காமல் வைத்திருந்த ஆறிய காஃபி குவளையையும் ஓரமாக ஒதுக்கி வைத்துவிட்டு அவனிடம் கேட்டாள். "புதுசா ஒரு காஃபி சாப்பிடலாமா சூடா?" என்றாள். அவன் ஒன்றும் சொல்லாமல் அவளைக் கேட்டுக்கொண்டிருந்தான். அவள் இரண்டு காஃபி ஆர்டர் செய்தாள். அவன் "ஸாரி" சொல்லலாமா என்று யோசித்தான். காஃபி வர இன்னும் நேரமாகும்போலத் தோன்றியது.